மீட்டாத வீணை

முதற்பதிப்பு: 2023

First Edition: 2023

Meettatha Veenai

மீட்டாத வீணை

Vidhya Subramaniam

வித்யா சுப்ரமணியம்

ISBN: 978-93-94505-26-1

Pustaka Digital Media Pvt. Ltd.
#7-002, Mantri Residency,
Bannerghatta Main Road, Bengaluru - 560 076
Karnataka, India
+91 7418555884

மீட்டாத வீணை

வித்யா சுப்ரமணியம்

அத்தியாயம் 

நடு இரவில் சட்டென்று விழிப்பு வந்தது சுவாதிக்கு. அருகில் படுத்திருந்த அம்மாவை நோக்கித் திரும்பினாள். அம்மாவின் படுக்கை காலியாக இருந்தது. சுவாதிக்கு தாகமெடுத்தது. ஆனால் தண்ணீர் கிடைக்காது. அறைக் கதவு வெளிப்பக்கம் தாளிடப்பட்டிருக்கும் என்பது அவளுக்குத் தெரியும். இது முதல் முறையல்ல. ஆனால் முதல் முறையாக அவளுக்கு இப்படி நள்ளிரவில் விழிப்பு வந்தபோது அருகில் அம்மாவைக் காணாமல் பயந்து போனாள். அம்மா அம்மா என்று கத்திக் கொண்டே கதவை இழுத்தாள். கதவு திறக்கவில்லை. வெளிப்பக்கம் தாளிடப்பட்டிருந்தது புரிந்தவுடன் திகைத்தாள். ஏன்... ஏன் அம்மா அவளை அறைக்குள் வைத்து தாளிட்டுவிட்டாள்? இருட்டில் பல பிசாசுகள் பிரமையில் தோன்ற சுவாதி அலறிக் கொண்டே கதவை ஓங்கி ஓங்கி தட்டினாள்.

அடுத்த நிமிடம் அம்மா கதவைத் திறந்து வேகமாய் உள்ளே வந்தாள்.

“என்னடி? எதுக்கு கத்தின...? கனாக் கண்டாயா?” என்றாள். சுவாதி அம்மாவை உற்றுப் பார்த்தாள். அம்மாவின் உடல் முழுக்க வியர்த்து, நெற்றிப் பொட்டும், தலையும் கலைந்திருக்க, சுவாதிக்கு அம்மா புது மாதிரியாய்த் தெரிந்தாள்.

“எங்க போய்ட்ட நீ? என்னைத் தனியா விட்டுட்டு?”

“கடல் கடந்தா போய்ட்டேன்னு இந்த அலறு அலர்ற? ச்சட்...! பாதி ராத்திரி கூட நிம்மதி கிடையாதுப்பா இந்த வீட்டுல... பிடுங்கல்கள்...!”

பதினாலு வயது பெண்ணைப் பளாரென்று முதுகில் அறைந்து படுக்கையில் தள்ளிவிட்டு தானும் படுத்துக் கொண்டாள் அம்மா. அதற்குப் பிறகு நடு இரவில் விழிப்பு வந்தால் அம்மாவைக் காணாமல் பயம் ஏற்பட்டாலும் சுவாதி அழுவதில்லை. கதவை தட்டுவதுமில்லை. சாமியை நினைத்தபடி அப்படியே படுத்திருப்பாள். அம்மா ஒலியின்றி தாழ்ப்பாள் விலக்கி பூனைபோல் நடந்து வந்து படுத்துக்கொள்வாள்.

பதினாலு வயதில் புரியாவிட்டாலும் அடுத்த இரண்டு வருடத்தில் அம்மா நள்ளிரவில் காணாமல் போவதன் காரணம் சுவாதிக்கு புரிந்தது. சுவாதிக்குப் பிறகு பிறந்த மூன்று பெண்கள், ஒரு பிள்ளை என்று எல்லாரையும் இப்படி ஒரு அறையில் அடைத்துவிட்டு... ச்சட்...! என்று ஒரு வெறுப்பு ஏற்பட்டது. அதே நேரம் மற்ற நான்கு பேரில் யாரேனும் தூக்கத்தில் அழுதால் சுவாதி அம்மாவாக மாறி அவர்களை சமாதானப்படுத்தினாள். தூங்க வைத்தாள்.

இரவுப் பொழுது இப்படி என்றால், அம்மாவின் பகல் பொழுதுகள் முக்கால்வாசி அருகிலிருக்கும் சினிமா தியேட்டர்களில்தான் கழியும். அம்மாவால் சினிமா பார்க்காமல் இருக்க முடியாது. அதே நேரம் யாரையும் உடன் அழைத்துச் செல்லவும்மாட்டாள். இதுகளை அழச்சுக்சுட்டு போனா படமா பார்க்கவிடும்? கழுத்தறுக்கும்! என்பாள். பள்ளி நாட்கள் என்றால் பிரச்சனையில்லை. அனைவரும் பள்ளியிலிருந்து வருவதற்குள் படம் பார்த்துவிட்டு வந்துவிடுவாள். விடுமுறை நாட்கள் என்றால் அனைவரையும் பார்த்துக் கொள்ளும் பொறுப்பு சுவாதியின் தலையில் விழும். தம்பி தங்கைகளுக்கு சாதம் போட்டு, ஹோம் ஒர்க் செய்ய வைத்து, வீட்டை சுத்தம் செய்து அதோடு தன் பாடங்களையும் படித்து... சில நேரம் தம்பி தங்கைகள் படுத்தும் பாட்டில் சுவாதி தன்னால் சமாளிக்க முடியாமல் அழுவாள். அம்மாவை அப்பாவும் அடக்க முற்படவில்லை. அவர் காலையில் புறப்பட்டுப்

போனால் இரவுதான் வருவார். அவர் வரும் நேரத்தில் மனைவி வீட்டில் இருந்தால் போதும் என்று நினைத்தாரோ என்னவோ?

இயல்பாகவே சுவாதிக்கு படிப்பில் நிறைய ஆர்வமிருந்தது. பத்து வயதிலேயே தேடித் தேடி புத்தகங்கள் படித்தாள். நிறைய விஷயம் தெரிந்து கொள்வதில் ஆர்வம் காட்டினாள். சங்கீதத்திலும் கவனம் செலுத்தினாள். தானாகப் பாட்டு கம்போஸ் செய்து பாடிக் காட்டி, அது எந்த ராகத்தில் பாடப்பட்டது என்றும் தோழிகளுக்குச் சொல்லுவாள்.

“அம்மா இந்த பாட்டு கேக்கறயா? ஆனந்த பைரவில கம்போஸ் பண்ணியிருக்கேன். பாடவா?”

“இதோ பார் சுவாதி சும்மா பாடறேன் பாடறேன்னு தொந்தரவு பண்ணாத. போய் விளையாடு. எனக்கு வேலையிருக்கு.” அம்மா எரிந்து விழுவாள்.

அம்மாவுக்கு என்ன வேலையிருக்கும் என்பது சுவாதிக்குத் தெரியும். தான் சமீபத்தில் பார்த்த சினிமாவின் பாட்டுப்புத்தகம் ஒன்றை வைத்துக் கொண்டு அதன் வரிகளை உருப்போட்டுக் கொண்டிருப்பாள்.

பாட்டு என்றில்லை, பாட சம்பந்தமாகவும் அம்மாவிடம் எதுவும் கேட்டு விட முடியாது. இரண்டு மூன்று முறை சுவாதி கேட்டிருக்கிறாள். அம்மா அப்பாவிடம் போய் கேள் என்றாள். அப்பாவோ வீட்டிலேயே தங்குவதில்லையே. சுவாதி மீண்டும் சொல்லித் தரும்படி அம்மாவை நச்சரிக்க, அம்மா அவள் முதுகில் பட்டென்று அறைந்தாள்.

“சனியனே ஒழுங்கா டீச்சர்கிட்டேயே சந்தேகம் கேட்டுத் தொலைச்சுக்க வேண்டியதுதானே. எதுக்கு இங்க வந்து என் பிராணனை வாங்கற? பணத்தையும் கொட்டிக் கொடுத்துட்டு நாங்களே சொல்லியும் தரணும்னா ஸ்கூல் எதுக்கு?”

அதற்குப் பிறகு சுவாதி அம்மாவிடம் எதுவுமே கேட்பதில்லை. அவளுக்கு விசித்திரமாயிருந்தது. புத்தகத்தில் அவள்

படித்திருக்கிறாள். தமிழ்ப் பாடல்களும் சரி, பாடங்களும் சரி அம்மா என்றால் அன்பின் வடிவம், அம்மா என்றால் தெய்வத்தை விட மேலானவள் என்கின்றன. ஆனால் அவளுடைய அம்மா மட்டும் ஏன் அந்த அம்சங்களின்றி முரண்பட்டு நிற்கிறாள் என்று புரியவில்லை. எந்த பொறுப்புமில்லாதவளுக்கு எதற்கு குழந்தைகள்? சாப்பாடு போட்டு கட்டிக்கொடுத்து பள்ளிக்கு அனுப்புவதோடு கடமை தீர்ந்துவிட்டதாக நினைக்கிறாளா? தீபாவளிக்கும், பொங்கலுக்கும் புது உடைகள், தவிர பள்ளிச் சீருடைகள், பாட புத்தகங்கள் வாங்கித்தருவதோடு தன் கடமை முடிந்து விட்டதாக அப்பாவும் நினைக்கிறார். மற்றபடி குழந்தைகளின் வளர்ச்சியில் எந்தவிதமான அக்கறையோ ஆர்வமோ அவர்களுக்குத் துளியும் இல்லாதது அந்த குழந்தைகளின் துரதிருஷ்டம் போலும்.

இந்தக் கஷ்டங்களுக்கு இடையில்தான் சுவாதி பள்ளிப் படிப்பை முடித்தாள். அடுத்தாற்போல் கல்லூரியில் சேர வேண்டும். சுவாதி அப்பாவிடம் அது பற்றி மெல்லக் கேட்டாள்.

அப்பா அதற்குப் பதில் சொல்வதற்குள் அம்மா குறுக்கிட்டாள்.

“காலேஜ்ல சேர்க்கணும்னா ஆயிரக் கணக்குல கொட்டி அழணுமே. அதெல்லாம் வேண்டாம். பேசாம டைப்பிங், ஷார்ட்ஹாண்ட் பாஸ் பண்ணி வேலை வெட்டிக்குப் போகப் பாரு, போறும்!”

“வெறும் ப்ளஸ்டூக்கு யாரும்மா வேலை தருவாங்க? ஒரு டிகிரியாவது வேணும். அப்பா ப்ளீஸ்ப்பா எப்படியாவது என்னை காலேஜ்ல சேர்த்து விட்டுடுங்கப்பா, நா படிக்கணும்பா.”

“அவ்ளோ பணம் எங்கிட்ட இல்ல சுவாதி.”

“நா ஸ்காலர்ஷிப்புக்கு டிரை பண்றேன்ப்பா. என் மார்க்ஸுக்கு கிடைக்கும். போறாததுக்கு ஸைடுல டியூஷன் கீஷன் எடுத்து சம்பாதிக்கறேன். நீங்க சரின்னு சொன்னா போதும். நா உங்ககிட்ட பைசா கேக்க மாட்டேன். எப்படியாவது படிச்சுக்கறேன்” சுவாதி கெஞ்சினாள்.

"அப்போ சரி உன் இஷ்டம். ஆனா பணம் மட்டும் பிடுங்காத சொல்லிட்டேன். ஏற்கனவே செலவு என்னை சாப்ட்டுட்டு இருக்கு."

அப்பா சம்மதித்ததே சுவாதிக்கு பெரிய விஷயமாக இருந்தது. அவள் தன்னந்தனியாய் அலைந்தாள். பல பேரைப் போய்ப் பார்த்தாள். அவளுடைய நல்ல காலம் அவள் படிப்புச் செலவை ஒரு தனியார் நிறுவனத்தின் டிரஸ்ட் ஏற்றுக் கொண்டது. அந்த நிறுவனம் தந்த தொகை போக பாக்கிப் பணத்திற்கு சுவாதி அக்கம் பக்கத்து பள்ளிக் குழந்தைகளுக்கு டியூஷன் எடுத்தாள். காலையில் கல்லூரி, மாலையில் டியூஷன்கள் என்று முடித்துவிட்டு இரவு ஏழு மணி எட்டு மணி என்று களைத்துப் போய் வீட்டுக்கு வரும் பெண்ணிடம் வள்ளென்று விழுவாள் அம்மா.

"எங்க ஊரைச் சுத்திட்டு வர? கொட்டிக்கிட்டு போனா என் வேலை ஆகுமோல்லியோ? மங்களம் மாமி வீட்டுல எட்டு மணிக்கு டெக்குல படம் போடுறோம் வான்னாங்க. ஏற்கனவே எட்டேகால்... சரி சரி... சாப்பாட்டுட்டு ஒழிச்சு போட்டுட்டு படுத்துக்கோ. நா போய்ட்டு வந்து, பாத்திரம் தேய்ச்சுக்கறேன். இல்லன்னா காலம்பற ஒரு வழியா தேய்ச்சுக்கறேன். பாலை உறை ஊத்திடு, அப்பாவுக்கு மறக்காம பால் எடுத்து வெச்சுடு சரியா..?" அம்மா கொண்டையை சரி செய்தபடி ஓடுவாள்.

அம்மா சொன்ன காரியத்தை எல்லாம் செய்து முடித்துவிட்டு படுத்துக் கொள்வாள் சுவாதி. அம்மா ஏன் இப்படி இருக்கிறாள் என்ற கேள்வி எழும் மனசுக்குள், விடை கிடைக்காமல் தூங்கிவிடுவாள்.

டியூஷன் பணம் கையில் புழங்கியதால் தம்பி தங்கைகள் அவசர செலவுக்கு சுவாதியையே அணுகினார்கள். சமயத்தில் அம்மா கூட... ஐந்து பத்து கேட்டாள். சினிமாவுக்கா என்று சுவாதி கேட்டால் இல்லை மளிகை சாமானுக்கு கறிகாய்க்கு என்று சொல்லுவாளே தவிர, அது நிச்சயமாக சினிமாவுக்குத்தான்

என்று சுவாதிக்குத் தெரியும். அம்மாவைக் கண்டிக்க முடியாது. அந்த வயது தனக்கு இன்னும் வரவில்லை என்று பயந்தாள். சில நேரம் தோன்றும் கண்டிப்பதற்கு வயது எதற்கு என்று. அதனால் ஏற்பட்ட துணிச்சலில் ஒரு நாள் கேட்டே விட்டாள். “கொஞ்சம் கூட பொறுப்பில்லாம இப்டி சினிமா சினிமான்னு ஓடறயே. சினிமால நீ பார்க்கற அம்மா எல்லாரும் உன்னை மாதிரிதான் இருக்காங்களா?”

அம்மா பளாரென்று பதினாறு வயசு பெண்ணைக் கன்னத்தில் அறைந்தாள்.

சுவாதி அம்மாவையே வெறித்துப் பார்த்தாள்.

அத்தியாயம் 

சமயம் பார்த்துச் சொல்லப்படும் உண்மைகள் எதிராளியின் மனசில் ஆத்திரத்தை ஏற்படுத்தினாலும் அதே நேரம் அதற்குரிய விளைவுகளையும் எற்படுத்தும் என்பது நிஜமாகியது. அதற்குப் பிறகு சினிமா பார்ப்பதை அம்மா குறைத்துக் கொண்டாள் என்றுதான் சொல்ல வேண்டும். ஆனால் அடியோடு நிறுத்தவில்லை. வாரத்திற்கு இரண்டு என்பது மாதத்திற்கு இரண்டு என்று குறைந்திருந்தது. ஆனால் இதன் பின்விளைவாக சுவாதியின் மீது துவேஷம் கூடியது. சுவாதியை தான் பத்து மாதம் சுமந்து பெற்ற தாய் என்பதை மறந்து போனாள். எந்த விஷயத்தில் சுவாதி தவறு செய்வாள், சொல்லிக் காட்டலாம் என்று காத்திருந்தாள். தயிர் பாத்திரத்தை மூடவில்லை, புடவையை அலசி அப்படியே போட்டா யார் பிரிச்சு உலர்த்தாது? உலர்த்தாமலேயே காஞ்சு கருவாடு மாதிரி கிடக்கு கொடியிலயே! ஊருக்கெல்லாம் சொல்லிக் குடுக்கற! உன் கூடப் பிறந்தவளுக்கு உக்கார வெச்சு படிப்பு சொல்லிக் குடுக்கறயா நீ? இப்படி பல விதத்தில் துவேஷங்கள் வெளிப்படும்.

ஊரெல்லாம் ஏறி மிதித்தால் தாயைத் தஞ்சமடையலாம். தாயே ஏறி மிதித்தால்...? தாயிருந்தும் அனாதை போன்ற உணர்வுதான் ஏற்பட்டது சுவாதிக்கு. போக்கிடமும் ஏதுமில்லை என்ற நிலையில் மௌனமே கவசமாக அம்மாவின் துவேஷங்களைத் தாங்கிக் கொண்டாள் என்றுதான் கூற வேண்டும். சினிமா பார்ப்பது குறைந்தாலும் நள்ளிரவில் காணாமல் போவது மட்டும் குறையவே இல்லை. சுவாதிக்கு வெறுப்பாக இருந்தது. தண்ணீர் தாகமெடுத்தது. எச்சிலைக் கூட்டி விழுங்கி தொண்டையை

ஈரம் செய்து கொண்டாள். பத்து நிமிடம்போல் புழுக்கமாகக் கழிந்தது. க்ளக் என்ற ஒலியோடு தாள் விலகியது. ஒரு சின்ன வெளிச்சத்தோடு மெல்ல மெல்லப் பெரிதாக, கதவு திறந்து நிழலுருவமாய் அம்மா உள்ளே வந்தாள். வியர்த்திருந்தாள். சுவாதி தூங்குவதுபோல் பாவனை செய்தாள். அம்மா அருகில் படுத்துக் கொண்ட சிறிது நாழியில் எழுந்து போய் தண்ணீர் குடித்துவிட்டு வந்து மீண்டும் படுத்தாள். அம்மாவை ஓரக் கண்ணால் பார்த்தாள். இருட்டில் அம்மா அவளையே பார்ப்பது தெரிந்தது. அம்மா ஏதாவது கேட்பாளா என்று நினைத்தாள் சுவாதி. அம்மா எதுவும் கேட்கவில்லை.

மறுநாள் காலை சற்று முன்னதாகவே கல்லூரிக்குக் கிளம்பினாள் சுவாதி. அன்றைக்கு ஒரு பரீட்சை இருந்தது. வீட்டில் இருந்தால் படிக்க முடியாது என்பதால் முன்னதாக கிளம்பினாள். கல்லூரி கேம்பஸில் ஒரு ஓரமாக இருந்த பூவரசம் மரத்தினடியில் அமர்ந்து மௌனமாக பாடத்தில் ஆழ்ந்தாள். சுற்றிலும் இயற்கை அமைதியாக காட்சியளித்தது. சின்ன சின்ன பட்சிகள் படபடவென்று சிறகடித்து பறப்பதும் ஒலியெழுப்புவதுமாயிருந்தது. சுவாதி அந்த பட்சிகளைப் பார்த்தபடியே படித்தாள்.

“ஹலோ சுவாதி” என்ற குரல் பின்னால் கேட்க, திரும்பினாள்.

கருப்பு பாண்ட்டும், வெள்ளையில் கோடு போட்ட டீஷர்ட்டுமாய் வந்துகொண்டிருந்தான் ராஜாமணி.

“குட்மார்னிங். வாங்க” என்றாள் சுவாதி.

“வீட்டுக்குப் போயிருந்தேன். புறப்பட்டுப் போய்ட்டதா சொன்னாங்க.”

“வீட்டுக்கா” என்று அதிர்ந்தாள் சுவாதி.

“யெஸ் உன் வீட்டுக்குதான். இதுவரை நீ கூப்ட்டதேயில்ல. அதான் நானா வந்து உனக்கு ஷாக் குடுக்கணும்னு நினைச்சேன். பட் நான்தான் ஏமாந்தேன். இன்னிக்குன்னு பார்த்து நீ இல்ல.”

சுவாதி பதில் ஏதும் சொல்லவில்லை.

"கோவமா சுவாதி...?"

"..."

"அம்மா ஏதாவது கேப்பாங்கன்னு பயமா?"

"..."

"ஹலோ...! நா போனது தப்புன்னு நினைச்சா பளார்னு அறைஞ்சுடலாமே. இப்டி மண்ணை கிளறிக்கிட்டு மௌனம் சாதிச்சே கொல்லணுமா?"

"ஓ. சாரி ராஜு. போனதை தப்புன்னு சொல்லலை. ஆனா அம்மா..."

"சந்தேகப்படுவாங்களா?"

"சரி அதை நா பாத்துக்கறேன். என்ன விஷயமா என்னைத் தேடிட்டு வீட்டுக்கு போனீங்க? அதைச் சொல்லுங்க."

"அடுத்த மாசம் கவிதைப் போட்டியும், பட்டிமன்றமும் இருக்கு சுவாதி. மறந்து போச்சா? அது பத்தி பேசத்தான் வந்தேன்."

"மறக்கலை ராஜு. ஆனா கலந்துக்கறது பத்திதான் யோசிக்கறேன்."

"என்ன சுவாதி...? திடீர்னு கல்லைத் தூக்கிப் போடற?"

"இல்ல ராஜு. வீட்லயும் சரி வெளிலயும் சரி. வேலை அதிகமாப் போச்சு. படிக்க வேண்டிய பாடங்கள் நிறைய இருக்கு. கவியரங்கத்துக்கெல்லாம் பிரிப்பேர் பண்ண முடியாது எனக்கு."

"ச்சட்...! என்ன சுவாதி இது! அது பாட்டுக்கு அது...! நீ என்ன மக்கா என்ன? படிக்காமலே டிஸ்டிங்ஷன் வாங்கறவ நீ...! ஓ. கமான் சுவாதி. நீ கலந்துக்காத கவியரங்கமும் சரி பட்டிமன்றமும் சரி பாலைவனம் மாதிரிதான் இருக்கும். நீ நிச்சயமா கலந்துக்கற சரியா...?"

சற்று நேர யோசனைக்குப் பிறகு சுவாதி "சரி" என்றாள்.

டியூஷன்களை முடித்துக்கொண்டு சுவாதி வீட்டுக்குத் திரும்பும்போது மணி எட்டைத் தாண்டிவிட்டது. ராஜாமணியைப் பற்றி அம்மா கேட்டால் என்ன பதில் சொல்வது என்று யோசித்தபடியே செருப்பை கழட்டினாள். வீடு அமைதியாயிருப்பதுபோல தோன்றியது. என்றுமில்லாத அதிசயமாக தம்பி தங்கைகள் தூங்கியிருந்தனர். அப்பா இன்னும் வரவில்லை. செருப்பு சத்தம் கேட்டு அம்மா அடுக்களையிலிருந்து எட்டிப் பார்த்தாள். வழக்கமாக இந்த நேரத்தில் மெட்ரோ சானலில் லயித்திருப்பாள். இன்று டிவி கூட உயிரின்றி இருந்தது.

சுவாதி பாத்ரூம் சென்று முகம் கை கால் கழுவிக்கொண்டு வந்தாள். தட்டு எடுத்து வைத்து தானே சாப்பாடு போட்டுக் கொண்டு சாப்பிட ஆரம்பித்தாள். அம்மா சுவரில் சாய்ந்தபடி தன்னையே விழித்துப் பார்ப்பது தெரிந்தாலும் அதை உணராதவள்போல் சாப்பிட்டுக் கொண்டிருந்தாள்.

“யாரவன்...?”

“யார்?”

“கார்த்தால வந்தானே அவன்!”

சுவாதி நிமிர்ந்து பார்த்தாள். “கார்த்தால யார் வந்தா?”

“ஓஹோ உனக்கே தெரியாதோ?”

“எப்படியிருந்தான்?”

“நல்லாத்தானிருந்தான்.”

“அப்புறம்?”

“நா என்ன கதையா சொல்றேன்?”

“என் கூடப் படிக்கறவங்க எத்தனையோ பேர் இருக்காங்க. அதான் கேக்கறேன் எப்படியிருந்தான்னு?”

"கூடப் படிச்சா வீடு தேடிக்கிட்டு வரணுமா? அதுவும் வயசு ஆம்பளை? ஏன் வந்தவன் காலேஜ்ல வந்து உன்னண்ட சொல்லலையா இங்க வந்தது பத்தி."

"அம்மா...! ஏன் வளவளன்னு பேசிட்டே போற? ஒருக்கால் லீவு சொல்லிட்டு போறதுக்காக யாராவது வந்திருக்கலாம் இல்லையா?

அப்படி வந்தவன் எப்படி காலேஜுக்கு வருவான்? ஒருக்கால் நாளைக்கு வந்து சொன்னாலும் சொல்லலாம். அதுக்குள்ள என்னமோ ஏதோன்னு என்னத்துக்கு சந்தேகம்?"

"நா பொண்ணைப் பெத்தவடி...! பயப்படாம என்ன செய்யறது?"

"ஓஹோ! இப்பத்தான் பொண்ணைப் பெத்தவங்கற உணர்வு வரதாக்கும்? எங்களை விட்டுட்டு வாரத்துக்கு நாலு சினிமா பார்த்தப்போ எங்களைப் பத்தின கவலையோ பயமோ இல்லையாக்கும்!"

"என்னடி சொன்ன...?" அம்மா நாலெட்டில் அருகில் வந்து அடிக்க கை ஓங்கினபோது சுவாதி சட்டென்று எச்சில் கையால் அவள் கையை கப்பென்று பிடித்து நிறுத்தினாள். அம்மாவின் முகத்தில் அதிர்ச்சி துல்லியமாகத் தெரிந்தது.

சுவாதி சட்டென்று கையை விடுவித்தாள். "நா குழந்தையுமில்ல. சின்ன பொண்ணுமில்ல. இனிமேலும் என்னை அடக்க நினைச்சா இப்படித்தான் நா தடுப்பேன். நா உனக்கு பொண்ணு! அடிமையில்ல" என்றபடி கை கழுவப் போனாள். அம்மா அவளையே நம்ப முடியாத அதிர்ச்சியோடு பார்த்தாள்.

அம்மாவுக்கு மட்டுமில்லை, சுவாதிக்கும் கூட நம்ப முடியவில்லைதான். எப்போதிலிருந்து தனக்கு இப்படி ஒரு துணிச்சல் வந்தது என்று யோசித்தாள். கூடவே தன்னைத்தானே மெச்சியும் கொண்டாள். அம்மாவின் செய்கைகள் அனைத்தும் அவள் அடிமனசில் ஏற்படுத்தியிருந்த வலிக்கெல்லாம் மருந்தாய் தன் தாக்குதல் அமைந்துவிட்டதை நினைத்து

திருப்தியடைந்தாள். கூடவே அம்மாவின் அறியாமையை நினைத்து எரிச்சலேற்பட்டது. ராஜாமணி ஒரு நல்ல நண்பன்தான். அவளுடைய புத்திசாலித்தனத்தினால் கவரப்பட்டு தானே நட்பு விரும்பி வந்து அவளிடம் பேசியவன். ஆரம்பத்தில் அவள் கூட அவன் வலியவலிய வந்து பேசியபோது சந்தேகப்பட்டு விலகியிருக்கிறாள், எரிச்சல்பட்டிருக்கிறாள். அப்படி ஒருநாள் அவனைக் கண்டு அவள் விலகிய கணம் ராஜாமணி அவளைத் தடுத்தான்.

“என்னைப் பார்த்து ஏன் ஓடற சுவாதி?”

“நீங்க இப்படி என்கிட்ட விழுந்து விழுந்து பேசறதை எல்லாரும் சந்தேகப்பட்டுடக் கூடாதேன்னுதான் ஓடறேன்.”

“உனக்கு அந்த சந்தேகம் இருக்கா?”

“எது...?”

“நான் உனக்கு நண்பனா காதலனாங்கற சந்தேகம்.”

“நோ...! அந்த சந்தேகம் எனக்கில்ல.”

“அப்புறம் எதுக்கு பிறத்தியாரைப் பற்றி பயப்படற?”

“...”

“கமான் சுவாதி! வி ஆர் எ குட் ஃப்ரண்ட்ஸ். தட்ஸ் ஆல்! மற்றபடி எதுவுமில்லை எங்கே சிரி...!”

ஒரு நிமிடம் தயங்கின சுவாதி மறு நிமிடம் சிரித்தாள். அந்த நட்போடு அவனுக்கு கை கொடுத்து குலுக்கினாள். அந்த நட்பை அம்மா சந்தேகப்படுகிறாள் என்று நினைத்தபோது சுவாதிக்கு சிரிப்பு வந்தது. ஆனால் கொடுத்த சூட்டில் இனி அம்மா அவள் வழிக்கு வரமாட்டாள். அனாவசியமாக அடக்கி ஆளமாட்டாள் என்று நினைத்தாள். அங்கேதான் ஏமாந்து போனாள் அவள். அதற்குப் பிறகுதான் அம்மாவின் வெறுப்பு பல மடங்கு கூடியது.

——

அத்தியாயம் 

அரங்கம் நிரம்பி வழிந்தது. நகரில் உள்ள அனைத்துக் கல்லூரிகளிலிருந்தும் மாணவ மாணவிகள் குழுமியிருந்தார்கள். கல்லூரிகளுக்கு இடையில் நடக்கும் போட்டி என்பதால் போட்டி கடுமையாகவே இருந்தது. போரில் கத்திகள் மோதும். தீப்பொறி பறக்கும். இந்த போரில் புத்திகள் மோதிக்கொண்டன. புதுப்புது கருத்துக்கள் பிறந்தன. விதம் விதமான ஆராய்ச்சிகள் கவிதை வடிவில் வெளிப்பட்டன. கவியரங்கம் முடிந்து அனைவரும் ஆவலுடன் எதிர்பார்த்த பட்டிமன்றம் ஆரம்பமாகியது. மகாபாரதத்தில் மிகவும் பரிதாபத்திற்குரிய பாத்திரப்படைப்பு எது? இதுவே இன்றைய தலைப்பு. வழக்கமாக இரு அணிகள் மட்டுமே மோதும். ஆனால் இங்கே பலர் தனித் தனியே மோதுகிறார்கள். இது ஒரு விசித்திரமான பட்டிமன்றம். எவருடைய வாதம் சரியானது என்பதை நடுவர் தீர்ப்புக்கு விடுகிறோம் என்று கூறிவிட்டு அறிவிப்பாளர் ஒதுங்கிக்கொள்ள, நடுவர் ஒரு அரை மணி சிரிக்க சிரிக்க பேசிவிட்டு பட்டிமன்றத்தைத் துவங்கி வைத்தார். இங்கே மோதிக் கொள்கிறவர்கள் புதுக்கவிதை வடிவிலேயே மோதிக் கொள்வார்கள். முதலில் பேச வருகிறவர் திரு. பிரபாகரன் மூன்றாமாண்டு தமிழ் இலக்கியம் மாநிலக் கல்லூரி. இவர் திரௌபதியே பரிதாபத்திற்குரியவள் என்கிறார் என்று சொல்லிவிட்டு நடுவர் அழைக்க, பிரபாகரன் என்ற அந்த மாணவர் வந்து மைக்கைப் பிடித்து முழங்க ஆரம்பித்தார். கவிதைகள் பிரளயமாய் கொட்டி திரௌபதியின் மீது அனைவரது இரக்கத்தையும் கூட்டியது. அடுத்து வந்தவர் குந்திதேவியே இரக்கத்திற்குரியவள் என்றும், இன்னொருவர் நூறு பிள்ளைகளைப்

பெற்றும் நிம்மதியிழந்த திருதராஷ்டிரனே பரிதாபத்திற்குரியவன் என்றும், மற்றும் ஒரு மாணவி பீஷ்மரே என்றும், இல்லை இல்லை துரோணர்தான் என்று வேறு ஒருவரும் முழங்கிச் செல்ல, சுவாதியின் முறை வந்தது. சுவாதி மேடையேறியபோது கரவொலி விண்ணைப் பிளந்து வரவேற்பளித்தது. சுவாதி மைக்கைப் பிடித்த மறுகணம் அரங்கத்தில் அப்படி ஒரு அமைதி படிந்தது. பல நூறு ஜோடி விழிகள் அவளை முற்றுகையிட சுவாதி தொண்டையை சரிசெய்து கொண்டாள்.

"மகாபாரதம்! இது துவாபர யுகத்தில் நடந்த கதை என்கிறார்கள்."

நான் சொல்கிறேன், குருஷேத்திரம் இன்னும் ஓய்ந்த பாடில்லை!

பீஷ்மர், துரோணர், பாண்டு, திருதராஷ்டிரன், துரியோதனன், துச்சாதனன், பாண்டவர்கள், பாஞ்சாலி, குந்திதேவி இவர்களின் குணங்களைக் கொண்ட மனிதர்கள் இன்றும் உண்டு.

வாழும் மகான்கள் எல்லாம் பீஷ்மர்கள்!
ஆட்சிப் பீடத்தில் சில துரியோதனர்கள்!
எம் எல் ஏ எம்பிக்களாய் கௌரவர்கள்!
காவல் நிலையங்களில் துச்சாதனர்கள்!
அப்பாவி மக்கள்தான் பாண்டவர்கள்!

கள்ளத்தனமாய் பிள்ளை பெற்று குப்பையில் வீசும் குந்திகள் இன்றும் உண்டு.

தர்மம் காக்கும் சில பரந்தாமர்களும் உண்டு. இன்றில்லாமல் போனவன் ஒரே ஒருவன்தான். இரக்கத்திற்குரியவனும் அவனே!

மன்னனாய்ப் பிறந்தவன்
அன்னையால் எறியப்பட்டவன்
உலகின் முதல் அனாதை!
கர்ணன்! ஆம் கர்ணன்தான்!

பிறந்தவுடன் பேழையிலே,
பின்னர் ஆற்றிலே,
இவன் செய்த புண்ணியம்
தேரோட்டியின் ரூபத்திலே!
பேழை திறந்தான் தேரோட்டி.
உள்ளே சிரித்தது சூரியன்!
வாவென்று அவன் கை நீட்டியழைக்க,
தாவென்று ஏதோ கேட்பதாய் நினைத்து
கையில் பற்றியிருந்த மணிமாலை தந்து
தன் முதல் தானத்தை துவக்கிய வள்ளல்.
தருமன் ஆடிக் கெட்டான்
இவனோ கொடுத்துக் கெட்டான்
கேட்டவர்க்கு கேட்டதைக்
கொடுத்தே கெட்டான்
இல்லையெனில் ஒட்டிப் பிறந்த
கவச குண்டலம் அறுத்துக் கொடுத்து
தன் மரணத்திற்கு தானே கதவு திறந்திருப்பானோ?
ஷத்திரியனல்ல நீ என்று பாண்டவர் இகழ
ஷத்திரியன் தான் நீ! ஏமாற்றி விட்டாய்
என்னை என்று பரசுராமன் சபிக்க,
இவன் ஷத்திரியனா, தேரோட்டி மகனா?
உண்மையறிந்த அன்னையோ ஊமையாய்!
இத்தனைக்கும் இடையில் செஞ்சோற்று கடன் தீர்க்க,
உறவுகளை உதறிய கர்ம வீரன் இவன்.
கொடுப்பதிலும் இவனுக்கு நிகரில்லை
வீரத்திலும் இவன் விஜயனுக்கு நிகரானவன்
சுயம்வர மண்டபத்தில் இவன் வில்லேந்தியிருந்தால்
பாஞ்சாலி இவனுக்கே பத்தினியாகியிருப்பாள்.
அந்தோ பாவம்! தேரோட்டி மகனுக்கு
இங்கென்ன வேலை என்று பாவிகள்
இவனை விரட்டி விட்டதால், வெற்றி விஜயனுக்கு!
இப்படி இவன் இழந்தவை ஏராளம்
இதற்கெல்லாம் காரணம் இவன் அன்னை!
அந்த அன்னைக்கும் அன்போடு,

அவள் கேட்ட வரம் தந்து
தன் மரணத்திற்கு நாள் நிச்சயித்தவன்.
பலங்கள் அனைத்தும் இழந்த நிலையிலும்
இவனைக் கொல்ல இயலவில்லை வீரன் விஜயனால்
பார்த்தான் பரந்தாமன் காத்து நிற்பது
அவன் தர்மம் என்றுணர்ந்தான்
வேஷம் மாற்றி அருகில் சென்றான்
உன் புண்ணியத்தையும் தந்துவிடு என்றான்
யார் கொடுப்பார் அதை? யோசித்துப் பாருங்கள்!
ஆனால் கொடுத்தான் நம் கர்ணன்
உதிரத்தால் தாரை வார்த்து அதையும் கொடுத்தான்
புண்ணியம் கொடுத்ததால் பாவாத்மா அல்ல,
அவன்! மகாத்மாவாய் மாறி விட்டான்
மண்ணில் அவன் வீழ்ந்த போது
கண்ணனும் கண்ணீர் விட்டு அழுதான்
உபதேசம் பெறாமலே கீதையின் வழி
நடந்த கர்ம வீரன் உண்மையில் இவனே!
நட்புக்கு இலக்கணமாய் வாழ்ந்தவன்
நண்பனுக்காக உயிர் துறந்தவன்
இப்போது சொல்லுங்கள் இன்று
இவன் போல் யார் உளர்?
அன்று யாரும் இவனை உணரவில்லை
உதாசீனம் செய்து விட்டார்கள்
அந்தத் தவறை இன்று நாமும் செய்ய வேண்டாம்
இரக்கத்திற்குரியவன் இவனே என்று
தீர்ப்பெழுதி நமக்கு நாமே பெருமை சேர்த்துக் கொள்வோம்
என்று வேண்டி உங்களைக் கேட்டுக் கொள்கிறேன்.

கடைசி வரியைச் சொல்லி முடித்தபோது சுவாதியின் குரல் தழுதழுத்தது. தொண்டை அடைத்தது. கண்கள் பளபளத்தது. அரங்கத்தில் ஒரு வினாடி அமைதி. அந்த மாவீரனுக்கு அஞ்சலி செலுத்துவது போல், அடுத்த நிமிடம் ஆரம்பித்த கரவொலி அடங்க வெகு நேரமாயிற்று.

தீர்ப்பைச் சொல்லவும் வேண்டுமோ என்றார் நடுவர். சுவாதி சுவாதி என்ற கூக்குரல்கள் எழும்பின. வென்றது சுவாதியா கர்ணனா என்று கேட்டார் நடுவர். வெற்றிக் கோப்பையை சுவாதிக்கு அளித்தார். ராஜாமணி ஓடிவந்து கைகுலுக்கினான். கொன்னுட்ட சுவாதி! உண்மையிலேயே அழுதுட்டேன் என்றான். சுவாதி நன்றி சொன்னாள். இப்டி நன்றி சொன்னா போறாது என்றான்.

“பின்ன எப்படி?”

“கலந்துக்கமாட்டேன்னு சொன்னவளை கலந்துக்க வெச்சேன். ஸோ உன் வெற்றியில் எனக்கும் பங்குண்டு. ஒரு நல்ல ஹோட்டல்ல எனக்கு ட்ரீட் வேணும்.”

“ஒரு நல்ல ஹோட்டல்ல...? என்கிட்ட பணம் இல்ல திருவாளர் ராஜு.”

“ஓ.கே. நா உனக்கு தரேன் ட்ரிட்.”

“ச்சிச்சி வேணாம்.”

“நோ தரப் போறேன், நீயும் வரப் போற.”

“என்னிக்கு?”

“அதை நீதான் சொல்லணும். உன் சௌகர்யம். எனி டே, எனி டைம்.”

“சொல்றேன். பரீட்சை எல்லாம் முடியட்டும். அப்பறமா வெச்சுப்போம்.”

“ஷ்யூர்!”

சுவாதி அவனிடமிருந்து விடைபெற்று வீட்டுக்கு வந்தாள். என்றுமில்லாத அதிசயமாய் அப்பா வீட்டிலிருந்தார்.

“ஏன் இவ்ளோ லேட் சுவாதி?”

“எப்பவுமே இந்த நேரத்துக்குதான் வருவேன். இன்னிக்கி என்ன புதுசா?”

“அதான் கேக்கறேன் தினம் ஏன் இவ்ளோ நேரம்?” சுவாதி அப்பாவை உற்றுப் பார்த்தாள்.

“நாளைலேர்ந்து சீக்கிரம் வந்துடறேன். ஆனா மாசம் எனக்கு முன்னூறு ரூபா நீங்க தந்துடுங்க சரியா?”

“அப்படின்னா?”

“அப்படின்னா இந்த முன்னூறு ரூபாயை சம்பாதிக்கத்தான் நா நாலு வீடு ஏறி நாக்கு வரள கத்திட்டு வரேன்னு சொல்றேன்.”

சுவாதி தன் புத்தகத்தை அலமாரியில் வைத்துவிட்டு பின்பக்கம் போனாள். நிதானமாக முகம் கைகால் அலம்பித் துடைத்துக்கொண்டு கலைந்திருந்த கேசத்தை வாரி சரி செய்து கொண்டு சமையல் அறைக்குச் சென்றாள். வெறும் சாதம் மட்டும் வைத்திருந்தாள் அம்மா. எதுவும் கேட்க முடியாது. கேட்டால் இடக்காக பதில் வரும். பேசாமல் அந்த சாதத்தில் மோர்விட்டு பிசைந்து ஜாடியிலிருந்து ஊறுகாய் ஒரு துண்டு போட்டுக்கொண்டு சாப்பிட்டாள். தட்டைக் கழுவி வைத்துவிட்டு வெளியே வந்தாள். அப்பா அதே நிலையில் அமர்ந்திருந்தார். அவளை விழித்துப் பார்த்தார்.

“ஸோ முன்னூறு ரூபா காசுக்காகத்தான் தினமும் லேட்டா வரேன்னு சொல்ற!”

“ஆமாம்.”

“உன்னைப் படிக்க வெக்க எனக்கு வக்கில்லேங்கற?”

“அப்படி நான் சொல்லலை,”

“எனக்கு வக்கில்லாததால உன் படிப்புக்கு நீயே விழுந்து விழுந்து சம்பாதிச்சுக்கற?”

“உங்களை கஷ்டப்படுத்த வேண்டாம்னுதான்.”

“நீ சம்பாதி! படிச்சுக்கோ. ஆனா எங்களை மதிக்க வேண்டாம்னு ஏதாவது இருக்கா?”

“நா என்ன உங்களை மதிக்கலை?”

“யெஸ்! நீ மதிக்கறதில்லைதான். யார் தயவுலயும் நீயில்லங்கற திமிர் உனக்கு நிறையவே இருக்கு.”

“சரி உங்க எண்ணப்படி அது திமிர்தான்! அதுக்கு என்ன செய்யறது?”

“அதை அடக்கிட்டா?” சுவாதி அப்பாவை கண் சுருங்கப் பார்த்தாள்.

“இனிமே நீ சம்பாதிக்கவும் வேண்டாம். காலேஜுக்கும் போக வேண்டாம். வீட்டுல உங்கம்மாக்கு, ஒத்தாசையா இரு. தம்பி தங்கைகளை கவனிச்சுக்கோ போதும். நீ படிச்சு ஆக வேண்டியது ஒண்ணுமில்ல.”

ஒவ்வொரு வார்த்தையும் இடியாய் இறங்க சுவாதி நிலைகுலைந்துப் போனாள்.

அத்தியாயம் 4

யுத்தம் துவங்கிவிட்டது. தர்ம யுத்தம்!

எதிரில் நிற்பது அப்பாவும், அம்மாவும். அவளை அழிப்பது என்று தீர்மானித்துவிட்டார்கள். ஆனால் அவள் அழியத் தயாராயில்லை. அந்த முடிவோடு அப்பாவையும் அம்மாவையும் கம்பீரமாய் நிமிர்ந்து பார்த்தாள்.

“என் படிப்பை நிறுத்த உங்களால் முடியாது.”

“ஏன் முடியாது?”

“இந்த வீட்டுக்குள்ள என்னை அடைக்க உங்களால முடியாது?”

“என்ன செய்வ?”

“இங்கேர்ந்து வெளில போவேன். ஹாஸ்டல்ல தங்கிப்பேன். அங்கேர்ந்தே படிப்பேன். பட்டம் வாங்குவேன்.”

“நா சொல்லலை? இவ எதுக்கும் துணிவா! இது பொண்ணில்லை. நா பண்ணின பாவம்! மொத்தமா திரண்டு வந்து பேசறது!”

அம்மாவின் வார்த்தைகள் உருவேற்ற அப்பா பாய்ந்து வந்து கொத்தாய் முடியைப் பிடித்தார்.

“எதிர்த்தா பேசற? நாயே! வீட்டைவிட்டு ஓடிப் போவயா? எங்கே போ பார்க்கறேன்.”

சுவாதி தன் முழு பலத்தையும் பிரயோகித்து அவரைப் பிடித்துத் தள்ளி விடுபட்டாள். உள்ளறைக்குச் சென்று கதவை சாத்திக்கொண்டு பிழியப் பிழிய அழுதாள். கடவுளே எனக்கு

மட்டும் ஏன் இப்படி ஒரு தாய் தந்தை? என்ன பாவம் செய்தேன்? இங்கிருந்து என்னைக் காப்பாற்றமாட்டாயா?

வெளியே கதவு தாளிடப்பட்டது.

மறுநாள் காலைதான் கதவு திறந்தது. அம்மா காப்பி டம்ளரை நீட்டினாள்.

"எனக்கு பாத்ரூம் போகணும் அனுமதி உண்டா?"

அம்மா நகர்ந்து வழிவிட்டாள். சுவாதி வெளியே வந்தாள். அப்பா இல்லை. மற்றவர்கள் பள்ளிக்கு புறப்பட்டுப் போயிருந்தனர். அம்மா சமையல்கட்டில் நுழைந்தாள்.

சுவாதி சட்டென்று அடுக்களைக் கதவை சார்த்தி வெளிப்பக்கமாக பூட்டினாள். பிறகு விரைந்து செயல்பட்டாள். தன் துணிமணிகளை ஒரு பெட்டிக்குள் திணித்தாள். புத்தகங்கள் அனைத்தையும் மூட்டை கட்டினாள்.

அடுக்களைக் கதவை அம்மா பலங்கொண்ட மட்டும் தட்டிக் கொண்டிருக்க, சுவாதி தன் பாஸ்புக்கை பிரித்துப் பார்த்தாள். ஆயிரம் ரூபாய் சேமிப்பில் இருந்தது. பிறகு பெட்டியையும் புத்தக மூட்டையும் சுமந்து வெளியே வந்து வாசற்கதவையும் வெறுமே சார்த்திவிட்டு காலியாகச் சென்று கொண்டிருந்த ஆட்டோ ஒன்றைப் பிடித்து ஏறி அமர்ந்தாள்.

"நீ அவசரப்பட்டுட்டயோன்னு தோன்றது சுவாதி" லாவண்யா கவலையோடு சொன்னாள்.

"இல்ல லாவண்யா. என் குடும்பம் ஒரு விசித்திரமான குடும்பம். அன்பு, பாசம், கடமை இதுக்கெல்லாம் அங்க இடமேயில்லை. தாய்மைங்கறது ரொம்ப புனிதமான விஷயம்னு சொல்லுவாங்க. ஆனா எங்கம்மாவைப் பொறுத்தவரை அவ அப்பாவோட வாழ்ந்ததுக்கு வெறும் சாட்சிகள்தான் நாங்க.

ஆமாம் வெறும் சாட்சிகள்தான். தன் குழந்தைகள் என்கிற பாசம் அவளுக்கு துளியும் இல்லாதது எங்க துரதிருஷ்டம். அங்க இருந்தா என்னால முன்னேற முடியாது லாவண்யா. என் கனவுகள் எல்லாம் மண்ணோட மண்ணா புதைஞ்சுடும்.. அதான் வெளிய வந்துட்டேன், வார்டன் வந்ததும் எப்படியாவது இந்த ஹாஸ்டல்ல எனக்கும் ஒரு இடம் வாங்கிக் குடுத்துடு."

"எப்படி பணம் கட்டுவ சுவாதி?"

"நான்தான் டியூஷன் எடுக்கறனே அதுல கட்டிடுவேன்."

"ஹாஸ்டல் ரூல்ஸ் பிரகாரம் ஏழு மணிக்கு மேல வெளியே போக முடியாது சுவாதி."

சுவாதி யோசித்தாள்.

"காலேல போகலாம் இல்லையா?"

"ம், ஆறு மணிக்கு மேல போகலாம்."

"நா டியூஷன் டைம் மாத்திக்கறேன். எந்த பிரச்சனையும் இருக்காது. காலேல ரெண்டு டியூஷன். சாயங்காலம் மூணு டியூஷன்."

லாவண்யா எந்த பதிலும் சொல்லவில்லை.

"என்னடி... என்ன யோசனை?"

"ம்...? எனக்கென்னவோ நீ ரொம்ப செல்ஃபிஷா நடந்துக்கறாப்போல இருக்கு."

"எதை வெச்சு சொல்ற?"

"உன்கூடப் பிறந்தவங்களைப் பத்தி நீ நினைச்சுப் பார்த்தாயா சுவாதி?"

"நினைச்சுப் பார்த்தேன்."

"அதுக்கப்பறமுமா வீட்டைவிட்டு வந்துட்ட? இன்னிக்கு நீ, நாளைக்கு அவங்க, அவங்க எதிர்காலம்...?"

“யோசிச்சுதான் ஒரு முடிவுக்கு வந்திருக்கேன். இப்போதைக்கு அவங்களுக்கு எந்த பிரச்சனையும் வராது. ஸ்கூல் ஃபைனல் வரை வண்டி ஓடிடும். சாப்பாட்டுக்கோ துணிமணிக்கோ பிரச்சனை இல்ல.”

“அதுக்கப்பறம்தான் என் மாதிரி நிலை அவங்களுக்கும் வரும். அதுக்குள்ள நா படிச்சு முடிச்சு ஒரு நல்ல வேலையில சேர்ந்துட்டேன்னா அவங்க மேல் படிப்புக்கு நா காரண்டி. அதுக்கு நா முதல்ல படிக்கறது முக்கியமில்லையா? அதனாலதான் வெளிய வந்துட்டேன்.”

லாவண்யா அவளை பிரமிப்போடு பார்த்தாள். “சாரி சுவாதி” என்றாள்.

“பரவால்ல லாவண்யா. என் தம்பி தங்கைகள் மேல உனக்கிருக்கிற அக்கறைக்கு நான்தான் நன்றி சொல்லணும்.”

“நீ வெளிய வந்தது ராஜாமணிக்கு தெரியுமா?”

“இல்ல. இனிமேதான் சொல்லணும்.”

“சரி சுவாதி நீ போய் குளிச்சுட்டு டிபன் சாப்ட வா. நா வார்டனைப் போய் பார்த்துட்டு வரேன்.”

லாவண்யா கதவு திறந்து வெளியே போனதும் சுவாதி குளிக்கப் போனாள்.

லாவண்யாவின் உதவியால் ஹாஸ்டலில் இடம் கிடைத்துவிட்டது.

கல்லூரியில் முதல் பீரியட் நடந்து கொண்டிருக்கும்போது பியூன் ஒரு சின்ன சீட்டோடு உள்ளே நுழைந்து லெக்சரரிடம் சீட்டை கொடுத்தான்.

“சுவாதி உன்னை பிரின்ஸி கூப்பிடறாங்களாம். யூ கேன் கோ.”

சுவாதி எழுந்து வெளியே வந்தாள். பிரின்ஸிபாலின் அறையில் அப்பா ராட்சஸன் மாதிரி கண்கள் சிவக்க அமர்ந்திருந்தார். அவளைப் பார்த்ததும் பல்லைக் கடித்தார்.

“உட்கார் சுவாதி இவர் உங்கப்பாதானே.”

“யெஸ் மேடம்.”

“இவர் சொல்றது நிஜமா?”

“என்ன சொன்னார் மேடம்?”

“நீ வீட்டைவிட்டு உன் காதலனோட ஓடிட்டயாமே.”

“நோ மேடம்.”

“என்ன நோ? ஓடிப்போன ஒரு பெண்ணுக்கு இந்த காலேஜ்ல இடமில்ல.”

“நோ...!” சுவாதி கத்தினாள்.

“நா வீட்டைவிட்டு வந்தது நிஜம்தான். ஆனா அதுக்கு காரணம் காதல் இல்ல. எனக்கு காதலனும் இல்ல. எனக்கு அனுமதி குடுத்தா நா எல்லா விவரமும் இவர் முன்னாலயே சொல்லத் தயாரா இருக்கேன். அதுக்கப்பறம் நீங்களா ஒரு நல்ல தீர்ப்பு சொல்லுங்க. அது எதுவாயிருந்தாலும் நா தலைவணங்கி ஏத்துக்கத் தயாராயிருக்கேன்.”

பிரின்ஸிபால் ஒரு நிமிட யோசனைக்குப் பிறகு சொல்லு என்று தலையாட்ட, சுவாதி மெல்லிய குரலில் நடந்தவைகளைக் கூறினாள்.

“நா செஞ்சது தப்பா மேடம்? படிக்கணும்னு நா ஆசைப்பட்டது குற்றமா?”

“ஓ... இல்ல சுவாதி இல்ல... சாரி மிஸ்டர் அனந்தராமன். நீங்க போகலாம். ஒரு நல்ல அப்பா பெண்ணுக்கு வழி காட்டுவாரே தவிர அவ உலகத்தை இருட்டாக்க மாட்டார். நீங்க போகலாம்.”

“நோ... நா போலிஸ்க்கு போவேன். உங்க எல்லாரையும் கோர்ட்டுக்கு இழுப்பேன்.”

“அதைச் செய்ங்க முதல்ல. போங்க போங்க வெளிய!”

அவர் வேகமாக எழுந்து வெளியேறினார்.

“கோர்ட்டுக்கு போய்டுவாரா சுவாதி?”

“குலைக்கற நாய் கடிக்காது மேடம். கோர்ட்டுக்கு போற காசை எங்கிட்ட குடுங்க. நாலு சினிமா பார்ப்பேன்னு பிடுங்கிப்பா எங்க அம்மா. நன்றி மேடம் எனக்கு சப்போர்ட்டா பேசினதுக்கு.”

சுவாதி மீண்டும் வகுப்பறைக்கு வந்தாள்.

ராஜாமணி சீட்டு எழுதி பாஸ் பண்ணினான். சீட்டு சுவாதியின் கையில் கிடைத்தது.

யார் வந்திருந்தாங்க சுவாதி? எதுக்கு பிரின்ஸிபால் கூப்ட்டாங்க?

சுவாதி பதில் எழுதினாள். லஞ்ச் டைமில் விவரம் சொல்கிறேன் என்று.

அதற்குப் பிறகு இரண்டு வகுப்புகள் முடியும் வரை அவள் யாரிடமும் பேசவில்லை.

லஞ்ச் டைமில் ராஜாமணி வேகமாக அவளருகில் வந்தான்.

அப்படி உட்கார்ந்து பேசுவோம் ராஜு என்றபடி காலியாயிருந்த மரத்தடியில் அமர்ந்தாள். ராஜாமணி அவள் எதிரில் அமர்ந்தான்.

“நா வீட்டைவிட்டு வந்துட்டேன் ராஜாமணி.”

“ஏன், ஏன் சுவாதி?”

“அங்கு எனக்கு நிறைய பிரச்சனை. என் படிப்பு தடைப்படும்போல இருந்தது. அதான் வந்துட்டேன். இப்போ காலேஜ் ஹாஸ்டல்லதான் இருக்கேன்.”

“ஓ...!” என்றான் ராஜாமணி,

“அப்பா சண்டை போட வந்திருந்தார். பிரின்ஸி என் பக்கம் பேசினதும் கோவமா போய்ட்டார்!!”

ராஜாமணி பெருமூச்சுவிட்டான்.

அன்றிரவு ஹாஸ்டல் அறையில் படித்துக் கொண்டிருந்த சுவாதியை இமைக்காமல் பார்த்தாள் லாவண்யா.

அந்த குறுகுறுப்பில் நிமிர்ந்தாள் சுவாதி.

"என்ன...?"

"நீ ராஜாமணியை லவ் பண்றயா சுவாதி. அவனுக்காகத்தான் வீட்டைவிட்டு வந்தாயா? அவன் உன்னை ஏத்துப்பானா...?"

"வ்வாட்...!" சுவாதி கொதிப்போடு தோழியைப் பார்த்தாள்.

அத்தியாயம் 5

“ஆத்திரப்படாதே சுவாதி, அப்படின்னு நா கேக்கலை எல்லோரும் பேசறதைத்தான் சொன்னேன்.”

“சுத்த மடத்தனம். வி ஆர் ஜஸ்ட் ப்ரண்ட்ஸ். ஒன்லி ஃப்ரண்ட்ஷிப்!”

“ஒரு ஆணும் பெண்ணும் வெறும் நண்பர்களாக மட்டும் இருந்துட முடியும்னு நினைக்கறயா சுவாதி?”

“ஒய் நாட்?”

“அதை உலகம் நம்பாது சுவாதி.”

“ஐ டோன்ட் கேர்.”

“நாம இந்த உலகத்துலதான் இருக்கோம்.”

“அதுக்காக? எல்லாருடைய பேச்சுக்கும் உட்கார்ந்து அழச் சொல்றயா?”

“வேணாம் சுவாதி. ஒண்ணு அவனோட பழகறதை விட்டுடு. இல்ல ஆமா நாங்க லவ்தான் பண்றோம்னு பளிச்சுனு ஒத்துக்க.”

“ஸ்டுப்பிட்! உங்களுக்காக, இல்லாத காதலை உண்டாக்கிக்க சொல்றயா? நடிக்கச் சொல்றயா? லுக் லாவண்யா! மத்தவங்க என்ன நினைச்சாலும் எனக்கு கவலையில்லை. எங்க மனசுல எந்த விதமான அசிங்கமும் இல்லை. இந்த விஷயத்தை இதோட நாம நிறுத்திக்கறது நல்லதுன்னு நினைக்கிறேன்.”

“உன் நல்லதுக்குதான் சொன்னேன் சுவாதி.”

“ரொம்ப நன்றி. நீயாவது என்னை புரிஞ்சுக்கோன்னுதான் நானும் சொல்றேன்.”

அதற்குப் பிறகு லாவண்யா எதுவும் பேசவில்லை.

சுவாதி மனிதர்களை நினைத்து வியந்தாள். என்ன உலகம் இது என்று வெறுப்பேற்பட்டது. மறுநாள் ராஜாமணியிடமே தன் வெறுப்பைச் சொல்லி ஆதங்கப்பட்டாள்.

“நீங்க என்ன நினைக்கிறீங்க ராஜூ இதைப்பத்தி?”

“எதைப் பற்றி?”

“இப்படி பேசறதைப் பற்றி.”

“எதுவுமே நினைக்கலை.”

“எரிச்சல் வரலையா? கோவம் வரலையா?”

“எதுவும் வரலை” என்றான் ராஜாமணி நிதானமாக. சுவாதி திகைப்போடு அவனைப் பார்த்தாள்.

“உங்க மனசுல என்ன இருக்குன்னு புரிஞ்சுக்க முடியலை ராஜூ.”

“எதுக்கு புரிஞ்சுக்க முயற்சி செய்யறே?”

“பின்ன...?”

“விட்டுரு சுவாதி. எதைப்பத்தியும் நினைக்காதே.”

“எனக்கொரு சந்தேகம் ராஜூ.”

“என்ன?”

“உங்ககிட்ட வந்து யாராவது நீ சுவாதியை நேசிக்கறயான்னு கேட்டா என்ன சொல்வீங்க?”

“ஆமா நேசிக்கறேன்னு சொல்லுவேன்.”

“ராஜூ...!”

“புவர் சுவாதி...! நேசம் இல்லாம மனிதர்கள் ஒருவரோட ஒருவர் நட்பா இருக்க முடியும்னு நம்பறயா? இந்த காலேஜ்ல

மொத்தம் எழுநூறுக்கு மேல ஆண்கள் இருக்காங்க. சுவாதி ஏன் என்கிட்ட மட்டும் அன்னியோன்யமா பழகணும்? என்மேல் ஒரு பிடித்தம், ஒரு ஈடுபாடு, ஒரு நல்ல கம்பெனின்னு என்னை நினைக்கறது! இதானே காரணம்? இதை நல்ல சிநேகம்னு நீ நினைச்சா அந்த சிநேகத்துக்கு அடியில ஒரு நேசம் இருக்கும். நேசம் இல்லாம யாரோடயும் பழக முடியாது சுவாதி!"

"புரியலை ராஜு..."

"புரியும் யோசிச்சு பார். ஒரு நாள்ல புரியலைன்னா பல நாள் யோசி. பல வருஷம் யோசி."

"அப்படின்னா நாம லவ் பண்றோமா?"

"ஐ பிட்டி. யூ சுவாதி! லவ்னா டூயட் பாடறதுன்னு நம்ம தமிழ் சினிமா ரொம்ப கீழ்த்தரமா போதிச்சு எல்லாரையும் கெடுத்து வெச்சிருக்கு."

"அப்படின்னா நீங்க என்கூட என்ன மாதிரி பழகறீங்க ராஜு? வெளிப்படையாவே சொல்லிடுங்களேன். உங்க தர்க்கங்களை புரிஞ்சுக்கற அளவுக்கு எனக்கு மூளையில்ல. நா யார் உங்களுக்கு? சகோதரியா, சிநேகிதியா, காதலியா? நான் யார் சொல்லுங்க ராஜு."

ராஜாமணி ஒரு நிமிடம் அவளையே உற்றுப் பார்த்தான். அவன் இதழ்களில் மெல்லிய குறுநகை படிந்தது.

"நீ யார் எனக்குன்னு நா சொல்றது இருக்கட்டும் சுவாதி. என்னை யாரா நீ நினைக்கற?"

"ப்ரண்ட்...! வெரிகுட் ஃப்ரண்ட்!"

"அவ்ளோதானே?"

"அவ்ளோதான்."

"நிச்சயமா?"

"நிச்சயமா!"

“அப்போ நானும் உன்னை என்னோட சிநேகிதியாதான் நினைக்கறேன்னு சொன்னா என்னோட தைரியமா வந்து ஒருநாள் முழுக்க தங்குவாயா?”

சுவாதி திகைப்போடு நிமிர்ந்து பார்த்தாள்.

“சொல்லு... எந்தவித பயமோ, குழப்பமோ இல்லாம என்னோட ஒரு நாள் முழுக்க ஒரே ரூம்ல தங்க உன்னால முடியுமா? முடியும்னு நீ நினைச்சா நாம் சிநேகிதர்கள்தான். முடியாதுன்னு நீ பயந்தா ஏதோ தவறு உன் மனசுலதான் இருக்கும்.”

“அது விஷப்பரீட்சை ராஜு...” சுவாதியின் குரல் நடுங்கியது.

“மனசுல தெளிவிருந்தா எந்த விஷப் பரிட்சையிலும் இறங்கலாம்.”

சுவாதி குழம்பினாள். இவனிடம் இந்த பேச்சை ஆரம்பித்ததே தவறோ என்று நினைத்தாள். அவன் அவளை எப்படி நினைக்கிறான் என்பதற்கு எந்த பதிலும் அவன் சொல்லவில்லை. அவளையே மடக்கப் பார்க்கிறான். அவனுக்கு நிச்சயமாகத் தெரியும். அவள் மனசில் எந்த காதல் உணர்வும் இல்லை. அவன் வெறும் நண்பன் மட்டுமே. அதில் எந்த சந்தேகமும் இல்லை.

“என்ன சுவாதி மௌனமாய்ட்ட? ரொம்ப குழப்பமார்க்கா?”

சுவாதி மறுத்து தலையாட்டினாள்.

“இல்ல. ஒரு குழப்பமும் இல்ல.”

“அப்படின்னா விஷப்பரீட்சைக்குத் தயார்னு சொல்ற!”

“இதை பரிட்சை செய்து பார்க்கணும்னு அவசியமே இல்ல. நா உங்களை நண்பனாதான் நினைக்கிறேன். ஒருக்கால் உங்களுக்கு வித்தியாசமான எண்ணமிருந்தா சொல்லிடுங்க. நாம் நம்ப நட்பை கட் பண்ணிடுவோம்.”

ராஜாமணி சிரித்தான்.

“நானும் தெளிவாதான் இருக்கேன் சுவாதி.”

“ரொம்ப சந்தோஷம் ராஜு.”

“சரி. நம்ம ஹோட்டல் புரோக்கிராம் என்னிக்கு வெச்சுக்கலாம்?”

“உங்க இஷ்டம்.”

“நோ உன் சௌகர்யப்படி ஒரு நாள் சொல்லு.”

சுவாதி யோசித்தாள்.

“சரி... பொங்கல் ஹாலிடேஸ் சேர்ந்தா மாதிரி வரும். டியூஷனும் இருக்காது. அப்போ ஏதாவது ஒரு நாள் வெச்சுப்போம்.”

“ஓ.கே. கோல்டன் பீச் போவோமா?”

“எங்க வேணா!” சுவாதி சிரித்தாள்.

உணவு இடைவேளை முடிந்து கல்லூரி மணி அடிக்க இருவரும் எழுந்து கொண்டார்கள்.

மறுநாள் காலை ஐந்து மணிக்கு எழுந்து குளித்து சற்று நேரம் பாடங்களைப் படித்துவிட்டு ஆறு மணிக்கு டியூஷனுக்குப் புறப்பட்டாள். கல்லூரி வாசலுக்கு அவள் வந்தபோது அக்கா என்றபடி ஓடி வந்தான் பிரபு. “பிரபு... எங்கடா வந்த? எப்படி வந்த?” சுவாதி அவனை அணைத்துக் கொண்டாள்.

“நீ புறப்பட்டு வந்ததும் வீடு வீடாகவே இல்லக்கா. நீ ஏன் வீட்டை விட்டு வந்துட்டக்கா?”

“அம்மா எப்படி இருக்காடா பிரபு?”

“ரெண்டு நாள் அழுதுண்டுருந்தா. எங்களையெல்லாம் வாய்க்கு வந்தபடி திட்டினார். சில நேரம் அடிப்பா. ராத்திரி நீ இல்லாம எங்களுக்கு பயம்மா இருக்குக்கா. அம்மாவும் எங்ககூட படுத்துக்கறதில்ல. நீ இருந்தா நாங்க தூக்கத்துல கத்தினா கட்டிப்பிடிச்சு சமாதானப்படுத்துவ. இப்போ சட்டுனு முழிப்பு வந்தா கூட யாருமே இல்லாம பயம்மா இருக்கு. நீ திரும்ப வந்துடுக்கா.”

சுவாதி உதட்டைக் கடித்துக் கொண்டாள். அம்மா மாறவேமாட்டாள் என்று தோன்றியது.

பிரபுவை அழைத்துச் சென்று டிபன் வாங்கிக் கொடுத்தாள்.

"கொஞ்ச நாள் பொறுத்துக்கோங்க பிரபு. நீங்களும் பெரியவங்களாய்ட்டா, நல்லா படிச்சா, என்னைப்போல தன்னிச்சையா அம்மா அப்பாவை எதிர்பார்க்காம வாழலாம். நீங்க படிக்க அத்தனை உதவியும் நான் செய்யறேன். கவலைப்படாதீங்க. இப்போதைக்கு உங்க கடமை படிப்பு ஒண்ணுதான். மற்ற எதைப் பத்தியும் கவலைப்படாதீங்க. எப்போ எந்த உதவி வேணும்னாலும் ஹாஸ்டலுக்கு போன் பண்ணு சரியா" என்றபடி நம்பர் எழுதிக் கொடுத்து அவனை அனுப்பி வைத்தாள்.

பிரபுவோடு பேசிக் கொண்டிருந்ததால் ஒரு டியூஷனுக்குச் செல்ல முடியவில்லை அவளால். அவள் ஹாஸ்டலுக்குத் திரும்பியபோது மணி ஒன்பதை நெருங்கிக் கொண்டிருந்தது. ஹாஸ்டல் மகிழ்ச்சியில் திளைத்துக் கொண்டிருந்தது.

"என்ன லாவண்யா எல்லோரும் சந்தோஷமா இருக்காங்க."

"திடீர் ஹாலிடேன்னா சந்தோஷமில்லாம எப்படியிருக்கும்?"

"இஸ் இட்... என்ன லீவாம்?"

"இந்த முறை இன்டர் காலேஜ் ஸ்போர்ட்ஸ்ல ஒட்டுமொத்த சாம்பியன்ஷிப் நம்ம காலேஜிக்கு கிடைச்சிருக்கு இல்ல? அதுக்குத்தான் இன்னிக்கு லீவு கொண்டாடுங்கன்னு சொல்லிட்டாங்க பிரின்ஸி. நாளைக்கு சனி ஞாயிறு வேற. அவங்கவங்க ஊருக்கும் உள்ளூர் ரிலேடிவ்ஸ் வீட்டுக்கும் புறப்படறாங்க."

"நீயும் போறயா?"

"யெஸ் என் கஸின் வீட்டுக்குப் போறேன்."

அப்போது "சுவாதி" என்றழைத்தபடி, ராஜாமணி வந்தான். சுவாதி அவனை நோக்கிச் சென்றாள்.

லாவண்யா போய்விட்டாள்.

"என்ன ராஜு."

“நாம இன்னிக்கே கோல்டன் பீச்சுக்கு போவோமா?”

சுவாதி யோசித்தாள். ஹாஸ்டலில் யாருமில்லாமல் அவளுக்கும் போரடிக்கும், சரி என்றாள்.

வார்டனிடம் உள்ளூர் ரிலேடிவ் வீட்டுக்குச் செல்வதாக அனுமதி பெற்றுக் கொண்டு அவனோடு புறப்பட்டடாள்.

அத்தியாயம் 6

பஸ் பிடித்து கோல்டன் பீச்சுக்கு வந்தபோது நல்ல வெயில் ஏறியிருந்தது. டிக்கெட் எடுத்துக்கொண்டு உள்ளே போனார்கள்.

"இதுக்கு முன்னால வந்திருக்கயா சுவாதி."

"இல்லப்பா. இதான் முதல் முறை."

"அப்படின்னா சொல்லு அது சிலையா மனுஷனா."

"ஏய்... நா கேள்விப்பட்டிருக்கேன் ராஜு அந்த மனுஷனைப் பத்தி" என்ற சுவாதி விழிவிரிய அந்த மனிதச் சிலையை பார்த்தாள்.

"என்னால ஒரு செகண்டுகூட இப்படி நிக்க முடியாது."

"சரி இங்கயே நின்னுட்டா...?"

ஒவ்வொரு இடமாய் சுற்றிக் காட்டினான் அவளுக்கு.

"நம்ம தமிழ் சினிமால பாதி டூயட் பாட்டுக்கள் இங்கதான் எடுக்கறாங்க. ஆனா பாரு இங்க எந்த காதலர்களும் பாடி ஆடறதில்ல."

"சினிமான்னாலே எக்ஸாகரேஷன்தானே. ஆனா அந்த பாட்டுக்கள் இல்லாம படம் பார்க்கவும் யாருக்கும் பிடிக்கறதில்லை."

"மொத்தத்துல மக்கள் விசித்திரமானவங்க. நிஜத்துல நடக்க முடியாததை நிழல்ல பார்த்து தங்கள் ஆசையை பூர்த்தி செய்துக்கறாங்க. ஒரு மனிதனின் ஆசைகளை இன்னோரு மனிதன் காசு பண்ணிட்ருக்கான்."

"அதான் வாழ்க்கையே. ஒண்ணை வெச்சுதான் இன்னொண்ணு."

“ஓகே. ரெஸ்ட்டாரண்ட் இதுதான். உன் இஷ்டத்துக்கு ஆர்டர் செய். நோ ஹெஸிடேஷன். பணத்தை பத்தியும் பயப்பட வேணாம்.”

வெயிட்டர் மெனுகார்டை டேபிளில் வைத்துச் சென்றார்.

“எனக்கு ஒண்ணும் புரியல ராஜு, நீங்களே ஆர்டர் செய்ங்க.”

ராஜாமணி சிரித்தபடி மெனுகார்டை அவளிடமிருந்து வாங்கி மளமளவென்று ஆர்டர் செய்தான்.

“மெதுவா கொண்டாங்க அவசரமில்ல.” என்று வெயிட்டரை அனுப்பினான்.

அதற்குப் பிறகு நிறைய விஷயங்கள் நேரம் போவது தெரியாமல் பேசினார்கள். அரை மணி கழித்து சூப் வந்தது. பிறகு ஆர்டர் செய்தவை ஆவி பறக்க ஒவ்வொன்றாக வர சுவாதி ரசித்து ருசித்து சாப்பிட்டாள்.

“உண்மையிலயே இன்னிக்குதான் நா வயிறு நிறைய மனசு நிறைய சாப்பிடறேன் ராஜு.”

“தெரியும். அதனால்தானே இந்த ட்ரீட்”

சாப்பிட்டு முடிந்ததும் கடற்கரையில் நேரம் போவது தெரியாமல் அலையில் நின்றார்கள். ஒரு குழந்தையாய் மாறிப் போனாள் சுவாதி.

“இங்கேர்ந்து மகாபலிபுரம் கிட்டக்கதான். அங்கயும் போய்ட்டு வந்துடுவோமோ? நா சின்ன பையனா இருக்கும்போது எக்ஸ்கர்ஷனுக்கு அங்க போனதுதான். அப்புறம் போகவேல்ல.”

“நீங்களாவது அப்டி போயிருக்கீங்க, எங்க வீட்ல எக்ஸ்கர்ஷனுக்கு ரூபாயே கொடுக்கமாட்டாங்க.”

“அப்படின்னா கண்டிப்பா நாம போயாகணும்.”

“போவோம். ஆனா ஏழு மணிக்குள்ள நா ஹாஸ்டல்ல இருக்கணும்.”

“மணி இப்போ ரெண்டு. ஏழு மணிக்கு நீ ஹாஸ்டல்ல இருப்ப. பயப்படாம வா.”

அங்கிருந்து பஸ் பிடித்து மகாபலிபுரம் வந்து சேர்ந்தார்கள். ராஜாமணி ஒவ்வொரு இடமாய் அவளுக்கு விளக்கிக் காட்டினான். வழுக்குப் பாறையை வாய் பிளந்து பார்த்தாள் சுவாதி. “எத்தனை வருஷமா இந்த கல் இப்படி சரிவுல நிக்கறது தெரியுமா?” என்றான் ராஜாமணி.

“எத்தனையோ நூறு வருஷமா! சரியா தெரியலை.”

“ரொம்ப அதிசயம் இல்ல. புவிஈர்ப்பு விதிக்கு ஒரு சவால் மாதிரி இருக்கு. இல்லையா?”

“ஒரு விதத்துல நம்ப பிரண்ட்ஷிப் மாதிரி. சாதாரணமா சரிவுல பாறை உருண்டு விழணும். அதான விஞ்ஞான விதி. ஆனா இது விழாம நிக்கறது. நம்ப நட்பும் அப்படித்தான். எதிர் எதிர் துருவங்கள் ஈர்க்கப்படும்ங்கற விதியை மீறி நாம பழகறோம். அதிசயம்தானே.”

அதற்குப் பிறகு அங்கிருந்து கடற்கரைக் கோயிலுக்கு வந்தார்கள். ராஜாமணி அவளுக்கு அந்த நாளின் ஞாபகார்த்தமாக சங்கு மாலையும், வளையல்களும் வாங்கிக் கொடுத்தான்.

கடற்கரைக் கோயிலின் அழகை மிகவும் ரசித்தாள் சுவாதி. கடல் அலையில் நேரம் போவது தெரியாமல் நின்றாள்.

“கேமரா கொண்டு வராம போய்ட்டோம்” என்று வருத்தப்பட்டான் ராஜாமணி.

“என்ன ராஜு நீங்க தண்ணில நிக்கமாட்டீங்களா? பிடிக்காதா?”

“வேணாம். நீ இஷ்டம்போல நின்னு அனுபவிச்சுட்டு வா. கால் வலிக்கறது. நா கொஞ்சம் அப்படி உட்காரப் போறேன்” என்றவன் அவள் கண்களில் படும் தூரத்தில் மனலில் சாய்ந்தாற்போல் அமர்ந்து கொண்டான். சுவாதிக்கு கடலில் இருந்து வரவே மனமில்லை. நேரம் ஓடியது.

“ஓ. இட்ஸ் கெட்டிங் லேட் சுவாதி” என்று ராஜாமணி அவளைக் கிளப்பினான்.

வெளியே வரும்போது வெளிச்சம் மங்கியிருந்தது. “ஏழு மணிக்குள்ள போய்டுவோம் இல்ல ராஜு.”

“பார்ப்போம். பஸ் ஒழுங்கா கிடைக்கணும்.”

பஸ் ஸ்டாண்டில் கும்பல் நெருக்கியடித்தது. இரண்டு மூன்று பஸ்களில் கால் வைக்க இடமில்லாமல் ஏற முடியாமல் போயிற்று.

“அய்யோ மணியாறது ராஜா ஏழு மணிக்குள்ள நா அங்க போகணும்.”

“என்ன செய்ய சுவாதி? சின்ன குழந்தை மாதிரி நீ தண்ணில நின்ன! கூப்டக் கூப்ட வரலை.”

“பஸ் இல்லாட்டா ஆட்டோவாவது பாருங்களேன்.”

“அவசரப்படாத சுவாதி. ஆட்டோல போற டிஸ்டன்ஸா இது? பஸ் வந்துடும் ஒரு நாள்தானே. ஏதாவது அட்ஜஸ்ட் பண்ணிக்க. மொதல்ல ஒரு காப்பி சாட்டுவோம் வா. அதுக்குள்ள பஸ் வந்துடும். இன்னிக்கு என்னமோ இவ்ளோ ரஷ்!”

அவர்கள் காப்பி சாப்பிட்டு வரும்போது பஸ் ஒன்று காலியாய் வந்து நின்றது.

“அப்பாடா” என்று ஏறி அமர்ந்தார்கள். பஸ் புறப்படுவதற்குள் பத்து முறை மணி பார்த்தாள் சுவாதி.

பஸ் கோல்டன் பீச் அருகில் வரும்போது ரோடின் குறுக்கே பல பேர் கை கோர்த்து நின்றிருந்தார்கள்.

பஸ் நின்றது!

“பஸ் ஓடக் கூடாது!”

“ஏன்... ஏன்!”

“என்னாச்சு ராஜு.”

"தெரியலையே, இரு பார்த்துட்டு வரேன்" ராஜாமணி இறங்கினான்.

ஒரே கூச்சல் குழப்பம், பத்து நிமிடத்திற்குப் பிறகு ராஜாமணி ஜன்னல் வழியாக அவளிடம் பேசினான்.

"பஸ் ஓடாதாம் சுவாதி!"

"அய்யோ!... ஏன்...?"

"தெரியலை. திடீர் ஸ்டிரைக்காம். ஏதோ கண்டக்டரை ஒரு ஸ்டூடண்ட் அடிச்சுட்டானாம். அவன் பெரிய இடத்து பையன்னு விட்டுட்டாங்களாம். ஸோ நீதி வேணும்னு கண்டக்டர் சார்பா திடீர் வேலை நிறுத்தம்."

"என்ன செய்ய ராஜு."

"பார்ப்போம் இறங்கி வா."

சுவாதி முகம் வெளிறிப் போய் இறங்கி வந்தாள். ராஜாமணியின் முகத்தில் கவலை அப்பிக் கிடந்தது.

பஸ் ஓடவில்லை. ஆட்டோ கார் எதுவும் கிடைக்கவில்லை.

"நீ விஷப் பரீட்சைக்குத் தயாராகணும் சுவாதி. வேற வழியே இல்லை" என்றான் ராஜாமணி. சுவாதியின் முகம் இருண்டு போனது.

அத்தியாயம் 7

ராஜாமணி காட்டேஜ் புக் பண்ணிவிட்டு வந்தான். சுவாதி நகத்தைக் கடித்தபடி நின்றிருந்தாள்.

"பயம்மார்க்கா சுவாதி?" ராஜாமணி உண்மையான கவலையோடு கேட்டான்.

சுவாதி பதில் சொல்லவில்லை. "நான் தனித்தனி காட்டேஜ்தான் டிரை பண்ணினேன் சுவாதி. பட் இங்க காட்டேஜ் ரொம்ப டிமாண்ட். இது கிடைச்சதே பெரிய விஷயம். ஒண்ணு செய். பயமார்ந்தா நீ மட்டும் தங்கிக்கோ. நா வெளியே எங்கயாவது படுத்துக்கறேன். எதார்ந்தாலும் காட்டேஜ் போய் டிஸைட் பண்ணிப்போம். வா".

ராஜாமணி அவளை அழைத்துக்கொண்டு காட்டேஜூக்குச் சென்றான்.

மிக ரம்யமான, சுற்றிலும் அமைதி சூழ்ந்த அந்த இடம் காதலர்களுக்கோ, புதிய தப்பதிகளுக்கோ சொர்க்கமாக இருக்கக்கூடும். ஆனால் சுவாதிக்கு சுத்தமாக பிடிக்கவில்லை. ராஜாமணி பாத்ரூம் சென்று முகம் கழுவிவிட்டு வந்தபோது சுவாதி பிரமை பிடித்தவள்போல் அமர்ந்திருப்பதைப் பார்த்தான். அவனுக்கு சிரிப்பு வந்தது. அவள் எதிரில் முகம் துடைத்தபடி அமர்ந்தான்.

"என்ன யோசனை சுவாதி?"

"ம்... ஒண்ணுல்லயே..." சுவாதி சிரிக்க முயன்றாள்.

“புரட்சிகரமா பேசறது எல்லாம் நடைமுறையில் சாத்தியப்படுத்தறது ரொம்ப கஷ்டம் இல்ல? இப்பக்கூட நா ரொம்ப தெளிவா இருக்கேன் சுவாதி. குழப்பம் உன் மனசுலதான் இருக்குன்னு நினைக்கறேன்.”

“இ...இல்ல... ஐ ஆம் ஆல்ரைட்” சுவாதி சிரிக்க முயன்றாள்.

“ஏதாவது சாப்பிடறயா சுவாதி?”

“நீங்க சாப்டுங்க. எனக்கு எதுவும் வேண்டாம். எனக்கு டயர்டா இருக்கு.”

“அப்போ படுத்துக்க, நா ரெஸ்ட்டாரண்ட் போய் சாப்ட்டுட்டு வரேன். கதவை தாள் போட்டுக்க” ராஜாமணி செருப்பில் கால்களை நுழைத்தான்.

சரியாக ஒரு மணி நேரமாயிற்று அவன் திரும்பி வர. சுவாதி கதவைத் திறந்துவிட்டாள்.

“என்னல்லாம் சாப்ட்டீங்க?”

“சப்பாத்தி, பால். உனக்கு பால் மட்டும் கொண்டு வரச் சொல்லியிருக்கேன். வெறும் வயத்தோட படுக்காத. தூக்கம் வராது.” என்றவன் டீபாயின் மீதிருந்த மாகசீன்களை ஒவ்வொன்றாக நிதானமாகப் படித்தான்.

பால் வந்தது.

“கிளாஸ் இப்போ குடுக்கணுமா?”

“வேணாம், காலேல எடுத்துக்கறோம்.”

“நன்றி” என்றவன் அவன் போனதும் கதவைத் தாளிட்டுவிட்டு வந்து மீண்டும் படிக்க ஆரம்பித்தான்.

சுவாதி பால் குடித்துவிட்டு அவன் எதிரில் இருந்த காரணத்தால் கூச்சப்பட்டு படுக்க முடியாமல் உட்கார்ந்திருந்தாள். ராஜாமணி படிப்பில் ஆழ்ந்து போயிருந்தான். நேரம் நகர்வது மிகச் சிரமமாகத் தோன்றியது சுவாதிக்கு. தானும் ஒரு மாகசீனை

எடுத்துப் பிரித்தாள். தூக்கம் கண்ணை சுழற்ற உட்கார்ந்த வாக்கில் ஆடினாள்.

“ஓ சாரி சுவாதி. நீ படுத்துக்கோ. லைட் வேணும்னா இருக்கட்டும். இல்ல வேணாம்னா அணைச்சுடு.”

ராஜாமணி எழுந்து சோம்பல் முறித்துவிட்டு கீழே கார்பெட்டில் ஒரு பெட்ஷீட் விரித்து தலையணை வைத்து படுத்தான்.

சுவாதி நன்கு போர்த்தியபடி கட்டிலில் படுத்தாள். லைட்டை அணைக்கவில்லை. மணி முள் பதினொன்றில் இருந்தது. உட்கார்ந்திருந்தபோது வந்த உறக்கம் படுத்தபோது சுத்தமாக வரவில்லை. சுவர்கடிகாரத்தின் டிக் டிக் ஓசையைத் தவிர நிசப்தமாக இருந்தது. சுவாதி திரும்பி ராஜாமணியை பார்த்தாள். நன்கு தூங்கிப் போயிருந்தான் அவன். சன்னமான குறட்டை ஒலி மட்டும் வந்து கொண்டிருந்தது. சுவாதிக்கு உறக்கம் வரவில்லை. மணி முள் ஒவ்வொரு மணியாகக் கடந்து கொண்டிருந்தது. ராஜாமணி துளிக்கூட சலனமின்றி உறங்கிக் கொண்டிருந்தான். சுவாதிக்கு வியப்பாக இருந்தது. எப்படி இவனுக்கு மட்டும் உறக்கம் வருகிறது? ஏன் எனக்கு வரவில்லை என்று யோசித்தாள். பயமா? உறங்கிவிட்டால் அவன் விழித்துக் கொள்வானோ என்ற சந்தேகமா? ச்சட்! எவ்வளவு கீழ்த்தரமானவள் நான். எத்தனை முயன்றும் விடியும் வரை தூங்க முடியவில்லை அவளால். ஏழு மணி வரை அடித்துப் போட்டாற்போல் தூங்கினான் ராஜாமணி. சுவாதிதான் அவனை எழுப்பினாள்.

“ஓ... மணி ஏழா...? சாரி சுவாதி நல்லா தூங்கிட்டேன்.”

சுவாதி பிரம்மிப்போடு அவனைப் பார்த்தாள். அவள் கண்களில் பளபளவென்று கண்ணீர்.

“தேங்க் யூ ராஜு...”

“எதுக்கு...?”

“யூ ஆர் கிரேட் ராஜு, எனக்கு வேற எதுவும் சொல்லத் தெரியல.” அவள் தொண்டை அடைத்தது. அழுகை வந்தது.

"ஏய் ஏய் சுவாதி என்ன இது?"

"நாம நல்ல நண்பர்கள்தான் ராஜு... நிச்சயம் நாம் இந்த வெற்றிக்காக கர்வப்பட்டுக்கலாம்."

"நீ நல்லா தூங்கினயா சுவாதி?"

"ம்?" சுவாதியின் முகம் சட்டென்று மாறியது.

"தூங்கின இல்ல?"

"ம். தூங்கினேன்."

"அப்போ இது வெற்றிதான். சரி புறப்படற ஏற்பாட்டை கவனிக்கணும். பல் தேய்ச்சு நா போய் நிலமை எப்டியிருக்குன்னு பார்த்துட்டு வரேன். நீ காப்பிக்கு ஆர்டர் செய்." ராஜாமணி பாத்ரூம் பக்கம் போனான்.

'நீ நல்லா தூங்கினயா சுவாதி' என்ற வார்த்தைகள் மீண்டும் மீண்டும் எதிரொலிக்க சுவாதிக்கு தன் மீதே வெறுப்பு ஏற்பட்டது. இன்னும் ஒரு நாள் தங்கி நண்பனின் மீது துளியும் பயமில்லாமல் நிம்மதியாகத் தூங்கினால் மனம் ஆறும் போலிருந்தது. இரவெல்லாம் ஏதோ பயத்தில் நான் தூங்கவில்லை ராஜு என்று சொன்னால் பாவம் அந்த நல்ல மனது என்ன பாடுபடும்! இத்தனை நல்ல நண்பன் கிடைக்க எவ்வளவு கொடுத்து வைத்திருக்க வேண்டும்.

சுவாதி காப்பிக்கு இண்டர்காம் மூலம் ஆர்டர் செய்தாள்.

அரை மணியில் திரும்பி வந்தான் ராஜாமணி. "பஸ் ஓடறது சுவாதி. காப்பி சாப்பிட்டுட்டு புறப்படுவோம் சரியார்க்கும். ஆமா ஹாஸ்டல்ல கேட்டா என்ன சொல்லுவ?"

"என்ன சொல்றது?"

"பஸ் தகராறுன்னுதான் தெரியுமே. அதனால வர முடியல. ரிலேடிவ் வீட்டுலயே தங்க வேண்டியதா போச்சுன்னு சொல்லிக்க."

அவள் தலையசைத்தாள்.

வெளியில் வந்து பஸ் ஸ்டாண்டில் நின்றார்கள்.

“இனிமே என்கூட தைரியமா எங்க வேணும்னாலும் வருவ இல்ல சுவாதி?”

“கிண்டலா?”

ராஜாமணி சிரித்தான்.

மகாபலிபுரத்திலிருந்து தூரத்தில் பஸ் வந்து கொண்டிருந்தது.

காலை நேரம் என்பதால் காலியாகவே இருந்தது. இருவரும் ஏறிக் கொண்டார்கள். பஸ் புறப்பட்டதும் ரன்னிங்கில் மேலும் நான்கு பேர் ஓடி வந்து ஏறிக் கொண்டார்கள்.

ராஜாமணியும் சுவாதியும் அமர்ந்திருந்த இருக்கைக்குப் பின்னால் வந்து அமர்ந்து கொண்டார்கள்.

“ஹலோ ராஜாமணி...?” ராஜாமணி திடுக்கிட்டுத் திரும்பினான். கல்லூரி நண்பர்கள் சிலர்... அவன் முகம் மாறியது.

“என்ன ராஜாமணி பயந்துட்டாயா? பயப்படாதப்பா. மாணவப் பருவத்துல இதெல்லாம் சகஜம்.”

சுவாதி துடித்துப் போனவளாய் அவர்களைப் பார்த்தாள்.

“எப்போ கல்யாணம் ராஜா?”

“பரவால்ல ரொம்ப முன்னேறிட்டப்பா. முதலிரவு முன்னால, மூன்று முடிச்சு பின்னாலன்னு புதுமையா இருக்கட்டும்னா?”

“ஷட் அப் ஃப்ரண்ட்ஸ்!”

ராஜாமணி அடிக்குரலில் பேசினான். “ஷி இஸ் மை ஃப்ரண்ட்! உங்களைப் போலத்தான் அவளும் எனக்கு.”

அவர்கள் விழுந்து விழுந்து சிரித்தார்கள்.

அத்தியாயம் 8

பனைமரத்தடியிலிருந்து பால் குடித்திருக்கிறார்கள். பால்தான் என்று சத்தியம் செய்தாலும் எள்ளி நகையாடுகிறது சுற்றியுள்ள கும்பல். ஒரு பெண்ணோடு அதுவும் ஒரு கன்னிப் பெண்ணோடு ஒரே அறையில் இரவு முழுக்கத் தங்கிவிட்டு ஒன்றும் நடக்கவில்லை என்று சொன்னால் நம்புவதற்கு நாங்கள் என்ன காதில் பூ சுற்றிய மடையர்களா? என்று ஏகத்தாளமாக கேட்கிறவர்களை சமாதானப்படுத்துவது என்பது கடல் நீரை கெட்டிலுக்குள் அடைப்பது போலத்தான். இன்றல்ல இன்னும் உலகம் எவ்வளவு முன்னேறினாலும் இந்த விஷயத்தில் மட்டும் அது ஒன்றும் ஒன்றும் இரண்டு என்றுதான் கணக்குப் போடும். ஆண் பெண் என்றால் அவர்களது சம்பந்தம் உடல் ரீதியாகத்தான் இருக்கும் என்பது இவர்களுக்குத் தெரிந்த பௌதீக விதி. மனம் என்பது இவர்களைப் பொறுத்தவரை எட்டாத விஷயம்.

“கண்ணா நேத்து எதேச்சையாத்தான் உங்களை மகாபலிபுரத்துல பார்த்தோம். உங்க பஸ்ஸுக்குப் பின்னாலதான் நாங்களும் அடுத்த பஸ்ல வந்தோம். திடீர் பஸ் ஸ்டிரைக். சரி என்னதான் செய்யறிங்கன்னு பார்த்தோம். செமடா? என்னா மாதிரி சந்தர்ப்பம்!”

“ஷட் அப் மகேஷ்!”

“கொதிக்காதடா மச்சி! நாங்க இதை தப்புன்னு சொல்லலையே. இதெல்லாம் இந்த வயசுல சகஜம்டா. எங்க வேண்டுகோள் எல்லாம் தங்கச்சிய கை விட்டுடாதன்னுதான். சீக்கிரம் முகூர்த்தம் வெச்சு பந்திபோடு கண்ணா. அப்புறம் ஜோடியா காலேஜுக்கு

வாங்க. வீட்டுல முரண்டு பண்ணுவாங்கன்னா சொல்லுங்க. இருக்கவே இருக்கோம் நாங்கள்ளாம். பந்தாவா கல்யாணத்தை நடத்தி வெக்கறோம். சகோதரிங்க யாராவது உனக்கு சகோதரியா நின்று மிச்ச ரெண்டு முடிச்சு போட்டுடுவாங்க. பொண்ணுக்கு அண்ணனுக்கும் பஞ்சமில்ல."

"மகேஷ் ப்ளீஸ்...!" சுவாதி கை கூப்பினாள். அவள் கண்களிவிருந்து கண்ணீர் வழிந்தது.

"பயப்படாதே சுவாதி நாங்கள்ளாம் இருக்கோம்."

"டேய் நிறுத்துங்கடா... என்னமோ பேசிக்கிட்டே போறீங்க! உங்க உதவி தேவைப்பட்டா நாங்களே தேடி வரோம். இப்போதைக்கு திஸ் இஸ் நன் ஆஃப் யுவர் பிஸினஸ்." ராஜாமணி அதிக சத்தமில்லாமல் அதே நேரம் கண் சிவக்க கூறினான்.

அதற்குப் பிறகு ஊர் வந்து சேரும் வரையில் யாரும் எதுவும் பேசவில்லை என்றாலும் அந்த மௌனத்திற்குப் பின்னால் ஒரு புயலே இருக்கிறது என்று சுவாதியின் உள்ளுணர்வு கூறியது. உடனே இதற்கு ஏதேனும் அவசர நடவடிக்கை எடுக்க வேண்டும். விஷயம் சந்தி சிரிப்பதற்கு முன்னால் நிரபராதியான நண்பனைக் காப்பாற்ற வேண்டும் என்று துடித்தாள்.

நிச்சயம் கல்லூரி முழுக்க இந்த புகை பரவும். பிறகு கனிந்து எரியும். தவறு எதுவும் நடக்கவில்லை என்பது சம்பந்தப்பட்டவர்களுக்கும், தெய்வம் என்று ஒன்றிருப்பது உண்மையானால் அதற்கும் மட்டுமே தெரியும். ஆனாலும் நிரபராதிகளை தண்டிப்பது என்பது சிலருக்கு மிகச் சுலபமான விஷயமாகப் போய்விடும். எந்தக் காரணம் கொண்டும் ராஜாமணி பாதிக்கப்படக் கூடாது, அதற்கு ஒரே வழி... சுவாதி யோசித்தாள்.

ஆசிரியப் பணிக்கு என்றுமே ஒரு மதிப்பு உண்டு. எப்பேர்ப்பட்ட மனிதனும் தன் ஆசிரியர் என்றாலும் சரி தன் பிள்ளைகளுக்கு ஆசிரியர் என்றாலும் சரி பணிவோடும் மதிப்போடும் பேசுவான். உதவி செய்ய முன் வருவான். சுவாதி

தான் டியூஷன் எடுக்கும் ஒரு மாணவியின் செல்வாக்குள்ள பணக்காரத் தந்தையிடம் தனக்கு ஒரு வேலை தேடித் தருமாறு விண்ணப்பம் செய்தாள். அந்த மனிதர் மூன்றே நாளில் ஒரு பெரிய நிறுவனத்தில் சுவாதிக்கு வேலைக்கு ஏற்பாடு செய்துவிட்டு தகவல் சொன்னார்.

சுவாதி கண்ணீரோடு நன்றி சொன்னாள். வேலையில் சேர்ந்ததும் முதல் காரியமாக வேறு ஒரு பெண்கள் ஹாஸ்டலில் இடம் பார்த்து பணம் கட்டிவிட்டு கல்லூரிக்கு வந்து பிரின்ஸிபாலைப் பார்த்தாள்.

“ஏன் சுவாதி திடீர்னு...”

“இல்லை மேடம், என் குடும்ப சூழ்நிலையில் நான் சம்பாதிப்பது மிக அவசியம். என் படிப்பு நிச்சயம் நிற்காது. தபால் மூலம் தொடரும். தயவுசெய்து என்னை விடுவித்து ஆசி வழங்குங்கள்” என்றாள்.

அதே மாதிரி லாவண்யாவிடம் மட்டும் தான் படிப்பை நிறுத்தப் போவது பற்றி சொல்லிவிட்டு வகுப்புகள் நடந்து கொண்டிருக்கும்போதே ஹாஸ்டலை காலி செய்து கொண்டு யாரிடமும் சொல்லிக்கொள்ள விரும்பாமல் வெளியேறினாள்.

அந்த நான்கு நாட்களுக்குள் அவள் நினைத்தாற் போலவே கோல்டன் பீச் விவகாரம் மாணவர்கள் மத்தியில் பரவி அனைவரும் அவளை ஒருவிதமாக பார்க்க ஆரம்பித்திருந்தனர். சிலர் அவள் நடந்து செல்லும்போது மெல்லிய குரலில் இரட்டை அர்த்தம் தொனிக்கும் சினிமா பாடல்களைப் பாடினார்கள். எந்த ஒரு விவகாரத்திலும் ஆணுக்கு பாதிப்பு அதிகமிருக்காது, பெண்ணுக்குதான் பாதிப்பு அதிகம். அப்படிப்பட்ட நிலையில் அந்த பெண் அந்த சூழலிலிருந்து விலகிவிட்டால் கொஞ்ச நாள் இந்த விஷயம் பற்றி பேசுவார்கள். பிறகு ராஜாமணி வேறு ஒரு பெண்ணோடு பழகினாலும் சட்டை செய்யமாட்டார்கள். இதுதான் உலக இயல்பு. ராஜாமணி நிரபராதி என்பதால்தான் அவன் எதிர்காலம் கருதி சுவாதி விலகிக் கொள்ள தீர்மானித்தாள்.

இந்த முடிவுக்கு, ராஜாமணி ஒருக்கால் சம்மதிக்காமல் போகலாம் என்பதால் அவனிடமும் சொல்லிக் கொள்ளவில்லை அவள்.

உலகம் மிகப் பெரியது. எந்த ஒரு விஷயத்திற்கும், அந்த உலகம் வெகு நாட்கள் மதிப்பளிப்பதில்லை. நாளா வட்டத்தில் எதுவுமே உப்புப் போறாத விஷயமாகிவிடும். ராஜாமணி கூட கொஞ்ச நாள் வருத்தப்படுவான். பிறகு அவளைப் பற்றி நினைப்பதை விட்டு விட்டு தன் பணிகளைத் தொடருவான். மகேஷூம் மற்றவர்களும் இந்த சம்பவத்தை மறந்துவிடுவார்கள். உலகம் அது பாட்டுக்கு இயங்க ஆரம்பிக்கும். சுவாதி தன்னை சமாதானப்படுத்திக் கொண்டு புதிய சூழலுக்குத் தன்னைத் தயார்படுத்திக் கொள்ள ஆரம்பித்தாள். இந்த ஹாஸ்டல் கல்லூரி ஹாஸ்டல் அல்ல. பணி புரியும் பெண்களுக்கான விடுதி. அங்கிருந்தவர்களின் வயதும் கூட அதேபோல் விதவிதமாக இருந்தது. கல்யாணமாகாத பெண்கள் முதல் நாற்பதைக் கடந்த பெண்கள் வரை இருந்தார்கள். அதிகம் யாரோடும் யாரும் பேசிக் கொள்வதில்லை. அவரவர் பணியிலேயே கருத்தாயிருந்தார்கள். இது நல்லதா கெட்டதா என்று சுவாதிக்குப் புரியவில்லை. அதே நேரம் அங்கேயும் சிநேகிதிகள் கூட்டம் இல்லாமல் இல்லை. அவர்கள் தன் வரையில் பேசிச் சிரிப்பார்கள். அரட்டையடிப்பார்கள். புதியவர்களிடம் பேச முயற்சிப்பதில்லை.

வந்த சில நாட்கள் சுவாதியை எதுவும் பாதிக்கவில்லை. தானுண்டு தன் வேலை உண்டு என்று அலுவலகம் போய் வந்தாள். அலுவலகமும் புது இடம், ஹாஸ்டலும் புது இடம் என்ற நிலையில் அத்தியாவசியமாக பேசக்கூட ஆளில்லாத நிலை சற்றே அவளை பாதிக்கத்தான் செய்தது. ராஜாமணியின் நட்பை நினைத்து ஏங்க வைத்தது. ராஜாமணி அவளது முடிவை அறிந்து அதிர்ந்திருப்பானா? அவளைத் தேடியிருப்பானோ? அவளுடைய நட்பு நின்று போனதற்காக ஒரு துளி கண்ணீர் விட்டிருப்பானா? நட்பு நின்றுவிட்டது என்று ஏன் நினைக்க வேண்டும். இது தொடரும். ஒருநாள் தொடரும். வேறு ஒரு சூழலில் இந்த நட்பு புதுப்பிக்கப்படும் என்று நினைத்தாள் அவள்.

ராஜாமணி கண்ணியமானவன். அவன் நேர்மையும் புலனடக்கமும் சந்தேகமற நிரூபணமாகி விட்டது. அப்படிப்பட்டவன் அனாவசியமான வதந்திகளால் பாதிக்கப்பட்டுவிடக் கூடாது என்றுதான் அவள் விலகி வந்திருக்கிறாள். இதை ஒருநாள் ராஜாமணிக்கும் புரிய வைப்பாள். அந்த ஷணம் அந்த நட்பு மேலும், இறுகித் தொடரும்.

அவனைப் பார்க்க வேண்டும் என்ற ஆவல் ஏற்படும் போதெல்லாம் இப்படி நினைத்து தன்னை சமாதானப்படுத்திக் கொண்டாள் அவள். அவன் நல்லபடியாக படிப்பை முடித்து வேலையில் அமர்ந்து நல்ல பெண்ணாகப் பார்த்து திருமணமும் செய்து கொண்டதாகத் தெரிந்து கொண்ட பிறகுதான் அவனை சந்திக்க வேண்டும் என்று தனக்குத்தானே உத்தரவிட்டுக் கொண்டாள்.

சுவாதி மணியைப் பார்த்தாள் எட்டு. சட்டென்று எழுந்து குளிக்கப் போனாள்.

சரியாக ஒன்பதரைக்கு அலுவலகத்தில் இருந்தாள். தனியார் நிறுவனம் என்பதால் நேரம் தவறாமை அங்கே கண்டிப்பாகக் கடைபிடிக்கப்பட வேண்டும் என்று நிர்வாகம் எதிர்பார்த்தது. அதனால் அநேகமாக யாரும் தாமதமாக வருவதில்லை. ஆபீஸ் நிரம்பியிருந்தது. அவரவர் வந்ததுமே அரட்டை ஏதுமின்றி தங்கள் பணிகளில் இறங்கிவிட்டனர்.

"சுவாதி உங்களை மானேஜர் கூப்பிடறார்" இண்டர்காம் தகவலை சுவாதியிடம் தெரிவித்தார் சக ஊழியர் ஒருவர்.

சுவாதி எழுந்து சென்றாள்.

"வாங்க மிஸ் சுவாதி டேக் யுவர் சீட்."

மானேஜருக்கு ஐம்பது வயதிருக்கும். அதிகாரம் தொணிக்காத குரலில் இனிமையாகப் பேசினார். அதனாலேயே அனைவருடைய அபிமானத்தையும் பெற்றவர்.

"உங்களை விற்பனைப் பிரிவிற்கு மாற்றியிருக்கிறோம் சுவாதி."

“சார்... ஏன் சார்? இங்க என் வேலையில் ஏதாவது...”

“நோ நோ... அவசரப்படாதீங்க சுவாதி. உண்மையில் சில கோப்புகளில் நீங்கள் எடுத்திருந்த நடவடிக்கைகள் உங்களுடைய திறமையை அடையாளமிட்டுக் காட்டிற்று. இது போன்ற திறமைசாலிகள் முக்கியமாகத் தேவைப்படும் இடம் விற்பனைப் பிரிவு. பிகாஸ் ஒரு நிறுவனத்தின் வளர்ச்சியின் உயிர் போன்றது விற்பனைப் பிரிவுதான். விற்பனையில்லாவிட்டால் நிறுவனம் ஏது? அதனால்தான் உங்களை உடனடியாக அங்கே மாற்றும்படி நான்தான் பரிந்துரை செய்தேன். உங்களுடைய முழுத் திறமையையும் இந்த கம்பெனியின் முன்னேற்றத்திற்கு செலவிடுவீர்கள் என்று நிர்வாகம் நம்புகிறது. அதற்கேற்றாற்போல் சில உயர்வுகளையும் வசதிகளையும் செய்து தரவும் நிர்வாகம் சித்தமாயிருக்கிறது. ஐ விஷ் யூ ஆல் தி பெஸ்ட்.”

அழகான ஆங்கிலத்தில் சொல்லிவிட்டு அவளோடு கை குலுக்கி வாழ்த்துத் தெரிவித்தார். சுவாதி வியந்து போனாள். கூடவே பயமாகவும் இருந்தது. தன் திறமை மீது தனக்கே நம்பிக்கை ஏற்படாததால் ஏற்பட்ட பயம்.

“தேங்க் யூ சார்” என்று சொல்லிவிட்டு வெளியில் வந்தாள்.

விற்பனைப் பிரிவில் பணியேற்றதும் முதல் காரியமாக விற்பனை தொடர்பான புத்தகங்கள் அனைத்தையும் வாங்கி வரி விடாமல் படித்து நிறைய தெரிந்து கொண்டாள். அதன்படி சிலவற்றை செயல்படுத்திப் பார்த்தாள். நிர்வாகம் அவளை ஊக்கப்படுத்தியது. வெற்றி கிடைத்தது. நிர்வாகம் தட்டிக் கொடுத்தது. பதவி உயர்வு தந்து கௌரவப்படுத்தியது. பழைய ஆட்கள் புருவம் சுருக்கினார்கள். அவளுடைய உயர்வுக்கு காரணம் அவளுடைய திறமையல்ல. அவள் உடம்புதான் என்று பச்சையாக பேசிச் சிரித்தார்கள்.

அத்தியாயம் 9

பதவி உயர்வு கிடைத்து முதல் மாத சம்பளம் முழுதாக ஐந்தாயிரம் ரூபாயைக் கையில் வாங்கியபோது சுவாதியால் நம்பவே முடியவில்லை. இருபத்தி இரண்டு வயதுப் பெண் இந்த வேலையில்லா திண்டாட்ட காலத்தில் ஐந்தாயிரம் ரூபாய்... அதுவும் பட்டப்படிப்பு கூட சரியாக முடிக்காத நிலையில் சம்பாதிப்பது என்றால் அது மிகப்பெரிய விஷயம்தான் என்று நினைத்தாள்.. பதவி உயர்வு கிடைத்து இவளுடைய திறமையால்தான் என்றாலும் பணியில் சேர்த்துவிட்ட அந்த நல்லவருக்கு நன்றி சொல்ல வேண்டியது அவசியம் என்று நினைத்தாள். அதனாலேயே சம்பளம் வாங்கின கையோடு சற்று முன்னதாக புறப்பட்டாள்.

அர்ச்சனாவில் ஒரு கிலோ உயர்தர இனிப்பும், பஸ் நிறுத்தத்தில் அடர்த்தியாய் கட்டியிருந்த மல்லிகை பூவும் வாங்கிக் கொண்டாள்.

“ஹலோ சுவாதி...! வா வா வா... ரெண்டு மூணு வருஷமிருக்குமா உன்னைப் பார்த்து?”

“உங்களைப் பார்க்கத்தான் சார் வந்தேன்.”

“உட்காரு... என்ன விஷயம்?- வேலை எல்லாம் எப்டியிருக்கு?”

“நல்லார்க்கேன் சார். உங்க உதவியால இந்த வேலை கிடைச்சது. உங்க ஆசீர்வாதத்துல உடனே பதவி உயர்வும் கிடைச்சிருக்கு சார்.” சுவாதி இனிப்பை அவரிடமும் பூவை

அவர் மனைவியிடமும் கொடுத்துவிட்டு இருவரையும் நிற்க வைத்து நமஸ்கரித்தாள்.

“ஓ... ஓ... எதுக்கு சுவாதி இதெல்லாம். ரொம்ப சந்தோஷம்மா. நீ இன்னும் நிறைய மேல வந்து பெரிய ஆளா வரணும். ஆனா பாரு நீ போனப்புறம் சுகந்திக்குதான் சரியான டியூஷன் மிஸ் கிடைக்கலை. ரொம்ப கஷ்டப்படறா.”

“அதுக்கென்ன சார் நானே ஒரு நல்ல பெண்ணா பார்த்து அனுப்பி வைக்கறேன். கொஞ்சம் டைம் குடுங்க.”

“பரவால்லம்மா நிதானமா பாரு. சிரமப்பட வேண்டாம். அப்புறம் சுவாதி இன்னொரு விஷயம்.”

“என்ன சார் சொல்லுங்க.”

“நீ உங்க வீட்டோட இல்லையா சுவாதி? என்னாச்சு சுவாதி? எனி பிராப்ளம்? ஒரே ஊர்ல அப்பா அம்மான்னு குடும்பமே இருந்தும் எதனால் தனியா இருக்கம்மா? சொல்லலாம்னா சொல்லு. பட் எனக்கெப்படி இது தெரியும்னா உங்கப்பா மிஸ்டர் அனந்தராமன் உன்னைத் தேடிட்டு இங்க ஒரு நாள் வந்தார். படிப்பை நீ நிறுத்தினது கூட அவருக்குத் தெரியாதாமே. காலேஜ்ல விசாரிச்சிருக்கார். நீ அங்க இல்லன்னு தெரிஞ்சதும் அவருக்கு ஒரே ஷாக். உடனே நீ டியூஷன் எடுக்கற வீட்டுக்கெல்லாம் போய் விசாரிச்சிருக்கார். அப்டித்தான் இங்கயும் வந்தார். ஆனால் எனக்கு ஏதோ சந்தேகம். பிரச்சனை ஏதோ இல்லாம நீ குடும்பத்தைவிட்டு வெளிய வந்திருக்கமாட்டேன்னு தோணித்து. அதனால உன் சம்மதமில்லாம உன்னை பத்தி அவர்கிட்ட சொல்றது அநாகரிகம்னு பட்டுது ஸோ... நா எதுவும் சொல்லலை. தெரியாதுன்னு சொல்லி அவரை அனுப்பிட்டேன்.”

சுவாதியின் முகம் மாறியது.

“எப்போ வந்தார் சார்?”

“ஒரு வருஷத்துக்கு மேல இருக்கும் சுவாதி.”

சுவாதி பெருமூச்சுவிட்டாள். பிறகுதான் குடும்பத்தைப் பிரிந்ததற்கான காரணத்தை சுருக்கமாகச் சொன்னாள்.

"நீ கேக்கறதுன்னா ஒரு சின்ன அட்வைஸ் பண்ணலாமா சுவாதி?"

"சொல்லுங்க சார்."

"படிக்கற வயசுல அவங்க உன்னை அடக்கியாள நினைச்சிருக்கலாம். ஆனா இப்போ நீ கை நிறைய சம்பாதிக்கிற பொண்ணு. உன் சம்பளம் காரணமாகவே அவங்க உன்னை மரியாதையா நடத்தக்கூடும். அதே நேரம் நல்லவங்களோ பொல்லாதவங்களோ அவங்க உன்னைப் பெத்தவங்க சுவாதி. இந்த பொல்லாத உலகத்துல இந்த வயசுல ஒரு பெண் தனிச்சு வாழறது அவ்ளோ நல்லதில்லம்மா. அவங்களோட நீ இருக்கறதுதான் உனக்கு நல்லது. அப்பா அம்மா எல்லாரையும் விட்டுட்டு தனியா இருக்கற பெண்ணுக்கு திருமண வாழ்க்கையும் பிரச்சனையா போயிடற நிலைமை ஏற்பட்டுடக்கூடும் சுவாதி. ஸோ... எத்தனை கசப்புகள் இருந்தாலும் அதை விழுங்கிட்டு அவங்களோட பாதுகாப்புல நீ இருக்கறதுதான் நல்லதுன்னு நினைக்கறேன். என் நினைப்பு சரின்னு பட்டா எடுத்துக்கோ. அட்வைஸ் பண்ண வேண்டியது உன் வெல்விஷர்ங்கற முறையில் என்னோட கடமை. பட் அதை ஏத்துக்கறதும் விட்டுடறதும், உன்னோட விருப்பம்மா."

"அய்யோ... சார்..." சுவாதி பதறிப் போனாள். "இதைப்பத்தி நானும் நிறைய யோசிச்சேன் சார். அவங்க என்னை உள்ள ஏத்த மறுத்துட்டா...? அதான் சார் தயங்கறேன்."

"முயற்சி பண்ணிப்பார் சுவாதி. அவங்க விரட்டிட்டா கவலைப்படாதே. அது தெரியாம ஹாஸ்டலை காலி செய்யாதே."

"அப்படியே செய்யறேன் சார்" என்ற சுவாதி அவர்களிடமிருந்து விடை பெற்றுக்கொண்டு கிளம்பினாள்.

அதற்கு மறுநாள் காலையில் சற்று சீக்கிரமாகப் புறப்பட்டு நுங்கம்பாக்கம் வந்தாள். ஆட்டோ நேராக வீட்டு வாசலில் நின்றது. சுவாதி தயக்கத்தோடு கீழே இறங்கவும், சத்தம் கேட்டு உடன் பிறந்தவர்களும் அதற்குப் பின்னால் அம்மாவும் வர சரியாக இருந்தது.

அம்மாவின் முகத்தில் அவளைப் பார்த்ததும் வியப்பும் அதிர்ச்சியும் ஒரு சேர வெளிப்பட்டன. ஒரு ஷணம்தான் வெடுக்கென்று முகத்தைத் திருப்பிக் கொண்டு உள்ளே போனாள்.

“யார் வாசல்ல” என்ற அப்பாவின் குரல் நடைவரை கேட்டது.

“போய்ப் பாருங்கோ” என்று அம்மா பதில் சொல்வதும் கேட்டது.

சுவாதி மெல்ல உள்ளே வந்தாள். அக்கம் பக்கத்து தலைகள் எட்டிப் பார்த்து குசுகுசுவென்று பேசிக்கொள்ள ஆரம்பித்தன.

“எங்க வந்த...?” அப்பா ஆக்ரோஷமாகக் கேட்டார்.

“இழுத்துட்டு போனவன் விட்டுட்டானா?” அம்மா கேட்டாள். அவள் பார்த்த சினிமாக்கள் அப்படி.

சுவாதி உதட்டைக் கடித்து எரிச்சலை அடக்கிக் கொண்டாள்.

“நீங்க என்னைத் தேடிண்டு வந்ததா டியூஷன் வீட்டுல சொன்னா. எதுக்காகத் தேடினேன்னு தெரிஞ்சுண்டு போக வந்தேன்.”

“ஆமா...! பெத்த மனசு பித்துன்னு தேடிண்டு வந்தேன். ஆனா இது ஓடுகாலுன்னு அப்பறம்தான் தெரிஞ்சது. அங்கேர்ந்தும் ஓடிப் போய்ட்டன்னு தெரிஞ்சதும் வந்து சுத்தமா ஒரு முழுக்குப் போட்டாச்சு. இப்போ நீ எதுக்கு வந்தன்னு சொல்லு.”

“உங்க பொண்ணு எங்கயும் ஓடிப் போகலன்னு சொல்லிட்டு போக வந்தேன். காலேஜ் ஹாஸ்டல்ல படிக்கறவாதான் தங்க முடியும். வேலை செய்யறவா தங்க முடியாது. வேலை

செய்யற பொண்கள் தங்க தனி ஹாஸ்டல் இருக்கு. அங்கதான் ஓடிப்போனேன்."

அப்பா புரியாதவராய் கேள்வியோடு பார்த்தார்.

"நா இப்போ வேலைக்குப் போறேன். மாசம் ஐயாயிரம் ரூபா சம்பாதிக்கறேன். அதைச் சொல்லிட்டு போகத்தான் வந்தேன்."

"என்ன?" அம்மா ஆணி அறைந்தாற்போல் நின்றாள். ஐயாயிரமா என்று அவள் வாய் முணுமுணுத்தது. அப்பா நம்ப முடியாதவராகப் பார்த்தார்.

"நம்ப முடியல இல்ல? இந்தாங்க என்னோட சம்பளக் கவர். பார்த்துக்கலாம் எல்லா டிடேல்ஸும் இருக்கு. உள்ள உங்களுக்காக ஆயிரம் ரூபா பணமும் கொண்டு வந்தேன். இஷ்டமிருந்தா எடுத்துக்கலாம். இல்லன்னாலும் சுவாதி வருத்தப்படமாட்டா. பெத்தவங்களுக்கு சம்பாதிச்சு கொடுக்கறது கடமைன்னுதான் ஓடி வந்தேன். வராதன்னா சொல்லிடுங்க போயிடறேன்."

ஒரு நிமிடம் அங்கே மரண அமைதி நிலவியது. அந்த அமைதியை அம்மாதான் முதலில் கலைத்தாள்.

"அம்மாடி சுவாதி" என்று ஓடி வந்து அணைத்துக் கொண்டாள். அவள் விட்ட கண்ணீர் தோளை நனைத்தது. சுவாதிக்கு சிரிப்பு வந்தது. முதலைக் கண்ணீர்விட அம்மாவுக்கா கற்றுத்தர வேண்டும்?

"உன்னைத் தப்பா புரிஞ்சுண்டு பேசிட்டோம்டி கண்ணே. எங்களை மன்னிச்சுடு சுவாதி!"

சுவாதி அவள் அணைப்பிலிருந்து மெல்ல விடுபட்டாள்.

"ரொம்ப தேங்கஸ்மா என்னைப் புரிஞ்சுண்டதுக்கு. எனக்கு மணியாறது நா புறப்படறேன்."

"திரும்ப எப்போடி வருவ?"

"அடுத்த மாசம் சம்பளம் வாங்கிண்டு. ஆனா நீ விருப்பப்பட்டா நா இங்கேயே வந்து இருக்கவும் தயார்."

"இங்கயா...?" அம்மா அதிர்ந்தாள்.

"ஏன்...?"

"அது... அது... நீ எவனோடயோ ஓடிப் போய்ட்டன்னுதான் அக்கம் பக்கம் பேசறது. ஊர் வாயை எங்களால் அடைக்க முடியுமா? ஆமா எவனோடயோதான் போய்ட்டா. அவ மனசுக்குப் பிடிச்சவனோடயே காதும் காதும் வெச்சாப்பல கல்யாணம் பண்ணி வெச்சுட்டோம். இப்போ சௌக்கியமா இருக்கா. ஆனா எங்களுக்கு அவ ஓடினது வருத்தம்தான். அதனால போக்குவரத்தில்லைன்னு சொல்லி வெச்சிருக்கோம். இப்போ நீ திரும்பி இங்க வந்துட்டா கட்டிண்டவன் விட்டுட்டான்னு பேசும். உன் தம்பி தங்கைகள் எதிர்காலமும் நாசமாய்டும். அதனால ஓடினவ ஓடினவளாகவே இருடியம்மா. அதான் நல்லது எல்லார்க்கும்."

சுவாதி அம்மாவையே வெறித்துப் பார்த்தாள். அவளுக்கு அழுவதா சிரிப்பதா என்று தெரியவில்லை.

"சத்தியமா இது வரைக்கும் எனக்கு காதலோ கல்யாண ஆசையோ வந்தில்லைம்மா. படிக்கணும்னு ஒரே ஆசைலதான் ஓடிப்போனேன். ஆனா எனக்கு ஒரு காதலனை உருவாக்கி அவனோட கற்பனையா ஒரு கல்யாணமும் பண்ணி வெச்சு... யப்பா! எப்பேர்ப்பட்ட அம்மா நீ! அது சரி அப்போ நிஜமாவே நா ஒரு கல்யாணம் பண்ணிக்க ஆசைப்பட்டா...! எனக்கு கல்யாணம் பண்ணி வெக்கற கடமை உங்களுக்கு இருக்குன்ற நினைப்பாவது உண்டா உங்களுக்கு?"

அம்மா பதில் சொல்லவில்லை. சொல்லமாட்டாள். சுவாதி வேகமாக வெளியேறினாள்.

அத்தியாயம் 10

மாலை நாலு மணி வரை வேலை சரியாக இருந்தது அவளுக்கு. முக்கியமான விஷயங்களை மேலிடத்துடன் கலந்து பேசி, வரைவுகள் தயாரித்து டைப்பிங்கிற்கு அனுப்பி புதிய விளம்பர டிஸைன்களைப் பார்த்து சில மாறுதல்கள் செய்யச் சொல்லி, சரியாக இருந்தது. சிறிய வயதில் அதிகாரியாய் அமர்ந்துகொண்டு வயதில் பெரியவர்களை, வேலை வாங்குவதைப்போல தர்ம சங்கடம் எதுவுமில்லை என்று நினைத்தாள். அதுவும் ஒரு சிலர் பதினைந்து வருடத்திற்குக் குறையாத சர்வீஸ் போட்டவர்கள். அவர்களிடம் வேலை வாங்குவது மிகவும் கடினமாயிருந்தது அவளுக்கு. நேற்று வந்தவள் தம்மை அதிகாரம் செய்வதா என்று ஆத்திரம்தான் அவர்களிடம் மிகுதியாக இருந்தது. அதனால் ஏற்பட்ட அலட்சியம் அவளை சில நேரம் வேதனைப்படுத்தியது.

நிர்வாகத்திற்கு அங்கே யாருடைய மனப்போக்கும் பெரிதல்ல. அதன் குறிக்கோள் லாபம் லாபம் லாபம் மட்டுமே. அதற்காக அது யாரையும் உயர்த்தும், யாரையும் தாழ்த்தும் வந்த நான்கே மாதத்தில் அவள் மூன்று லட்ச ரூபாய் லாபம் அதிகரித்துக் காட்டினதால் உடனே பதவி உயர்வு தந்து கௌரவித்தது. இன்னும் திறமை காட்டினால் வீடு, கார், டெலிபோன் என்று சகல வசதிகளும் செய்து தரும். இதற்கு முக்கியத் தேவை திறமை, சூட்சுமம், நிதானம், புத்திசாலித்தனம். இவை இருந்தால் யாராயிருந்தாலும் கௌரவிக்கத் தயாராயிருக்கிறது நிர்வாகம். ஆனால் அதை அடைய இவர்கள் முயற்சிக்காதது யார் தவறு? இதுதான் என் வேலை. இதற்கு மேல் துரும்பை

நகர்த்தமாட்டேன் என்று கணக்குப் பார்த்து வேலை செய்தால் முன்னேற்றம் எவ்வாறு கிடைக்கும்?

சுவாதி பியூனை அழைத்து காப்பிக்கு சொல்லிவிட்டு பாத்ரூம் பக்கம் சென்றாள். சோப்பு போட்டு முகம் கழுவிக்கொண்டு வந்தாள். அலமாரி திறந்து டவல் எடுத்து ஒற்றித் துடைத்துக் கொண்டாள். சீப்பு எடுத்து கேசத்தை சரி செய்தாள். ஹேண்ட்பாக் திறந்து சின்ன பவுடர் டப்பாவை எடுத்து லேசாய் பூசிக் கொண்டாள். கொஞ்சம் ஃப்ரஷ்ஷாகத் தோன்ற மீதமிருந்த வேலைகளையும் முடித்துவிடும் எண்ணத்தோடு இருக்கையில் அமர்ந்தாள்.

காப்பியைக் கொண்டு வந்து வைத்த பியூன் கூடவே, "மானேஜர் உங்களை வரச்சொல்றார்மா. இன்டர்காம் வேலை செய்யலையா என்ன?" என்று கேட்டான்.

"ஆமா. நாளைக்கு ஆளைக் கூப்ட்டு ரிப்பேர் பண்ணச் சொல்லுங்க. காப்பியை அப்டியே மூடி வைங்க. மானேஜரைப் பார்த்துட்டு வந்துடறேன்" என்றவள் தன் குறிப்பு நோட்டு சகிதம் மானேஜரின் அறை நோக்கிச் சென்றாள்.

"வாம்மா சுவாதி" என்று அதே மாறாத இனிமையோடு விளித்தார் மானேஜர். அவருக்கு எதிரில் ஒரு இளைஞன் அமர்ந்திருந்தான். அவன் முதுகு மட்டுமே சுவாதிக்குத் தெரிந்தது.

உட்கார் என்றார் மானேஜர். சுவாதி எதிரிலிருந்த நாற்காலி ஒன்றில் அமர்ந்தாள்.

இவர் மிஸ்டர் சீனிவாசன் சுவாதி. நம்ம புது மார்க்கெட்டிங் மானேஜர். அதாவது இனிமேல் உன்னுடைய நேரடி பாஸ் இவர்தான். பழைய மார்க்கெட்டிங் மானேஜர் செந்தில்குமார் ரிஸைன் செய்த பிறகு இவரை பாம்பேலேர்ந்து அனுப்பியிருக்காங்க. இதுவரை நான் அந்த பொறுப்பை ஏத்துக்கிட்டு இருந்தேன். இனிமேல் எனக்கு ரிலீஃப்."

சுவாதி திரும்பி அந்த இளைஞனை பணிவோடும் வியப்போடும் பார்த்து கை கூப்பி வணக்கம் சொன்னாள்.

“சுவாதி சாதாரண பெண்ணில்லை சீனிவாசன். ஷி இஸ் எ ப்ரில்லியண்ட் ஒன். வந்த நாலே மாசத்துல அவளுக்கு இந்த நிர்வாகம் பதவி உயர்வு கொடுத்திருக்குன்னா அவளுடைய திறமையும் புத்திசாலித்தனமும் உழைப்பும்தான் காரணம். ஷி இஸ் ஜஸ்ட் ரன்னிங் ட்வண்டி. பட் அறுபது வயசு இன்டலிஜென்ஸ் உண்டு.”

சுவாதி கூச்சத்தோடு நெளிந்தாள்.

“அப்படின்னா என் வேலை பாதியா குறையும்னு சொல்லுங்க.”

“ம்ஹூம்... பாதியாக குறைஞ்சுடக் கூடாது. வேணும்னா அவளால உங்க வேலை சுலபமாகலாம்.”

அந்த இளைஞன் சிரித்தான்.

“ஓ.கே சுவாதி இவரை அறிமுகப்படுத்தத்தான் கூப்பிட்டேன். உன் அறைக்கு பக்கத்து அறையை இவருக்காக தயார் செய்யச் சொல்லியிருக்கு. நீயும் கொஞ்சம் கவனிச்சுக்க.”

“தேங்க் யூ சார்” என்ற சுவாதி எழுந்து கொண்டாள். பார்க்கலாம் சார் என்று அவனிடமும் விடைபெறும்போதுதான் அவனை நன்றாக கவனித்தாள். மா நிறம்தான். கண்களில் தீட்சண்யம் இருந்தது. உதடுகளில் அழுத்தம் இருந்தது. கூடவே கொஞ்சம் திமிரும் இருந்தாற்போல் தோன்றியது.

சுவாதி வெளியில் வந்தாள்.

அன்று மாலையில் அவனுடைய அறை தயார் செய்யப்பட்டுவிட்டது. மறுநாள் முதல் அவன் அந்த அறையில் அமர்ந்து பணியேற்றான். சுவாதி அவன் கேட்ட விவரங்களை உடனுக்குடன் தயாரித்துத் தந்தாள்.

ஐந்து மணிக்கு மேலும் அவன் ஏதேதோ புள்ளி விவரங்கள் கேட்க, பொறுமையாக எடுத்துக் கொடுத்தாள். மேலும் ஒருமணி நேரம் கடந்தது. இதற்கு மேலும் இருந்தால் ஹாஸ்டலில் பதில் சொல்ல வேண்டும் என்பதால் ஆறு மணியடித்ததும், “நான் கிளம்பணும் சார். இதுக்கு மேல இங்க இருந்து உங்களுக்கு

உதவி செய்ய ஆசைதான். ஆனா எங்க ஹாஸ்டல் ரூல்ஸ் ஏழு மணிக்கு மேல வெளிய இருக்க அனுமதிக்காது."

"ஓ நீங்க ஹாஸ்டல்லயா இருக்கீங்க? சாரி மிஸ் சுவாதி. வெரி சாரி புறப்படுங்க. நான் பார்த்துக்கறேன்."

"தேங்க் யூ சார். வேணும்னா நாளைக்கு கொஞ்சம் சீக்கிரமா வந்து ஹெல்ப் பண்ணவா?"

"ஓ நோ பிராப்ளம். சிரமப்படாதீங்க. கிளம்புங்க. ஆபீஸ் டைம்க்கு மேல நா உங்களை இருக்க வெச்சதே தப்பு, வெரி சாரி."

"பரவால்ல சார்" சுவாதி புறப்பட்டாள்.

"மிஸ் சுவாதி..." அவன் திடீரென்று அழைத்தான்.

"சார்..."

"நானும் புறப்படறேன். உங்களை வேணா டிராப் பண்ணிடவா? லேட் ஆய்டுச்சுன்னு சொல்றீங்க..."

"எதுக்கு சார் சிரமம்."

"இல்ல இருங்க. சிரமம் எதுவுமில்ல." அவன் உடனே டேபிள் டிராயரை மூடிவிட்டு புறப்பட்டான்.

அவன் கார் கதவைத் திறந்து ஏறுங்க என்றதும் ஏறி அமர்ந்தாள். வாட்ச்மேன் இருவரையும் வியப்போடு பார்த்தான்.

"உங்க சொந்த ஊர் எது சுவாதி?"

"மெட்ராஸ்தான்."

"அப்படின்னா உங்களுக்கு அப்பா... அம்மா..."

"எல்லாரும் இருக்காங்க. இதே ஊர்ல."

அவன் திகைப்போடு அவளைப் பார்த்தான்.

"அவங்களுக்கும் எனக்கும் சின்ன மனஸ்தாபம். அதனால்தான் ஹாஸ்டல்ல இருக்கேன் தட்ஸ் ஆல்..."

அதற்கு மேல் அவன் எதுவும் கேட்டு விடக் கூடாது என்பதைப்போல இரண்டே வரியில் விஷயத்தை சொல்லி நிறுத்திவிட்டாள்.

“ரொம்ப புதுமையான பெண்ணா இருக்கீங்க சுவாதி...” அவன் சிரித்தான்.

“ஆமா சார் நானும் தப்பு செய்யமாட்டேன்... பிறத்தியார் தப்பு செய்தாலும் என்னால பொறுத்துக்க முடியாது. அப்பா அம்மாவா இருந்தாலும் நிக்க வெச்சு கேட்டுடுவேன்.”

“அப்போ உங்ககிட்ட ஜாக்ரதையாதான் இருக்கணும். அது சரி என்னைப் பத்தி எதுவும் கேக்க மாட்டீங்களா?”

“கேட்டாதான் சொல்லுவீங்களா?”

“கேட்டு சொன்னா மரியாதை. கேக்காம சொன்னா அதிகப் பிரசங்கித்தனம்.”

“அப்போ சரி நா கேக்கறேன் சொல்லுங்க.” சுவாதி சிரித்தாள்.

“சொல்ல எதுவுமே இல்லை. தனிக்கட்டை நான். அம்மா அப்பா சின்ன வயசுலயே அவுட். வளர்ந்தது மாமாகிட்ட. மாமாவும் ரெண்டு வருஷத்துக்கு முன்னால மண்டைய போட்டுட்டார். மாமாவோட பொண்ணும் பையனும் தற்சமயம் கலிபோர்னியாலயும், நியூயார்க்லயும் இருக்காங்க. மாமா என்னை நிறைய படிக்க வெச்சார். அந்த படிப்பை வெச்சு இனிமேதான் நான் நிறைய சம்பாதிக்கணும். ஸோ... சொத்து பத்துன்னு எதுவும் இதுவரை கிடையாது. இனிமேதான் சேர்க்கணும். எனக்குள் பெரிய லட்சியமே இருக்கு.”

“என்ன லட்சியம்?”

“கோடீஸ்வரனாகணும் நான். கார் பங்களா பாங்க் பாலன்ஸ்னு வசதியா வாழணும். அதான் என் லட்சியம். எத்தனை நாள் ஆபீஸ் கார், ஆபீஸ் வீடு? சொல்லுங்க.”

“உங்க லட்சியம் தப்பில்லையே. ஐ விஷ் யூ ஆல் சக்ஸஸ்.”

“தேங்க் யூ... ஹாஸ்டல் ரூட் சொல்லுங்க நான் வழி மாறிடப்போறேன்.”

“மெயின் ரோட்ல நிறுத்தினா போறும். அந்த கார்னர் திரும்பிடுங்க. ஆங் போதும் நிறுத்திடுங்க. நன்றி... நன்றி சார். இதுதான் ஹாஸ்டல் நா வரேன். நாளைக்கு பார்ப்போம்.”

“பை சுவாதி...” அவன் காரைக் கிளப்பினான்.

அன்றிரவு சுவாதிக்கு ஏனோ அவன் நினைவு அடிக்கடி தோன்றியது. வெகு நாட்களுக்குப் பிறகு ஒருவன் அவளைப் பற்றி பரிவோடு விசாரிக்கிறான். ஆனால் ஏனோ தெரியவில்லை. ராஜாமணியிடம் மனம்விட்டு பேசுவதுபோல் இவனிடம் பேச இயலவில்லை அவளால். அதே நேரம் அவனோடு பேசுவது சந்தோஷத்தையும் தந்தது. இதென்ன விசித்திரம் என்ற வியப்பேற்பட்டது அவளுக்கு. ராஜாமணியைப் பற்றி நினைத்ததும் அவன் இப்போது எப்படியிருக்கிறானோ என்று தெரிந்து கொள்ளும் ஆர்வம் ஏற்பட்டது. அவனை சந்தித்தால் எப்படி ரியாக்ட் செய்வான் என்று தெரியவில்லை. பழைய நட்போடு பேசுவானா? வேண்டாம் இன்னும் கொஞ்ச நாள் போகட்டும் என்று நினைத்தாள்.

தூக்கம் என்னவோ லேசில் வரவில்லை. கண்ணை மூடினாள். உறங்க முயற்சித்தாள். நள்ளிரவுக்கு மேல்தான் உறக்கம் வந்தாற் போலிருந்தது.

மறுநாள் அலுவலகத்திலிருந்து புறப்படும்போதும் அவனே டிராப் செய்வதாகக் கூறினான். சுவாதி மறுக்கவில்லை. கார் சற்று தூரம் வந்ததுமே அவன் அவளை உற்றுப் பார்த்தான்.

“என்னமோ தெரியல சுவாதி நா நேத்து நைட் பூரா உங்களையே நினைச்சுட்ருந்தேன்.”

“இஸ் இட்...” சுவாதி வியந்தாள். தானும் அப்படித்தான் என்று சொல்ல வந்தவள் கூச்சத்தால் சொல்லவில்லை.

“ஐ திங்க் ஐ இன் லவ் வித் யூ சுவாதி...” அவன் அவளது கையைப் பிடித்தான்.

சுவாதி சட்டென்று கையை உதறியபடி. எழுந்தாள்.

கனவா..? கனவா இது? இதென்ன கனவு விசித்திரமாய்! சுவாதிக்கு லேசாய் வியர்த்தது.

அத்தியாயம்

சுவாதி அலுவலகத்திற்குள் நுழையும்போது அனைவரின் பார்வையும் அவள் மீது ஒருசேரப் படிந்தது. அந்த பார்வைக் குடைச்சல்கள் ஒரு மாதிரியாக இருக்க, சுவாதி, ஒருவித வியப்போடு தன் அறையில் நுழைந்தாள்.

"அம்மா நீங்க வந்ததும் புது மானேஜர் உங்களை வரச் சொன்னார்" என்றான் பியூன்.

"வந்துட்டாரா அவர்?"

"எட்டரைக்கே வந்துட்டார்மா."

சுவாதி எழுந்து அவன் அறை நோக்கிச் சென்றாள். அனுமதி கேட்டுக் கொண்டு உள்ளே சென்றாள்.

"குட்மார்னிங் சார்."

"வெரி குட்மார்னிங் சுவாதி. உட்காருங்க."

ஏனோ சுவாதிக்கு முதல் நாளிரவு கண்ட கனவு நினைவுக்கு வர அவள் முகத்தில் இரத்தம் படர்ந்தது.

"நம்ம புது புரொடக்ஷன் சாம்பிள் இது சுவாதி. எனக்கு இது அவ்ளோ திருப்தியா இல்ல. இதை இப்படியே மார்க்கெட்ல விட்டா நிச்சயம் விற்பனை ரிஸல்ட் மோசமா இருக்கும். இன்னும் என்ன செய்தா இதனோட அழகும் தரமும் கூடும்ங்கறது பற்றி உங்களோட யோசனைகளை வரவேற்கிறேன். அதே நேரம் புதுமையான விளம்பர உத்திகள் இருந்தாலும் சொல்லலாம்."

சீனிவாசன் ஒரு சோப்புக் கட்டியை தூக்கி டேபிளில் வைத்தான்.

“முயற்சி செய்யறேன் சார்.”

“டேக் யுவர் ஓன் டைம். ஆனா பத்து நாளுக்கு மேல போகாம பார்த்துக்கங்க. இந்த சோப் விஷயத்தில் நம்மை நாமே தோற்கடிக்கணும்? ஐ மீன் நம்முடைய முந்தைய புராடக்ட்டுகளை இது மிஞ்சணும்.”

“ஓ.கே சார்!” என்ற சுவாதி அந்த சோப்புக் கட்டியோடு வெளியில் வந்தாள். அதை தனது டேபிளில் வைத்து அதையே உற்றுப் பார்த்தாள். முகர்ந்து பார்த்தாள். பிறகு டெலிபோன் சுழற்றி தங்களது விளம்பர நிறுவனத்தோடு தொடர்பு கொண்டாள். “எனக்கு உடனடியா ஒரு சர்வே செய்து தரமுடியுமா? சொல்கிறேன். நான் இன்னும் ஒரு மணி நேரத்தில் அங்கு வருகிறேன். எல்லா விவரமும் சொல்கிறேன்...” போனை வைத்தாள்.

முக்கியமான கோப்புகளை மட்டும் பரிசீலித்து மானேஜருக்கு அனுப்பினாள். பியூனை அழைத்தாள். யார் கேட்டாலும் விளம்பர கம்பெனிக்கு போயிருக்கறதா சொல்லு என்று சொல்லிவிட்டு புறப்பட்டாள். ஆட்டோ பிடித்து அடையாறு போப்பா என்றாள்.

“பணக்காரங்களை விட்ருங்க. மிடில் கிளாஸ், லோ கிளாஸ், ரெண்டு வகுப்பு பெண்கள், ஆண்கள் எல்லார்கிட்டயும் சர்வே பண்ணுங்க. அவங்களுடைய சோப் எப்டி இருக்கணும்னு விரும்பறாங்கன்னு டிடேய்லா சர்வே பண்ணுங்க. எங்களோட முந்திய புராடக்ட்ல என்னென்ன அம்சங்கள் அவங்களுக்கு திருப்தியா இல்லன்னு கேளுங்க. ஒரு சோப் என்பது எப்டியிருக்கணும்... இந்த விவரங்களை எனக்கு நாலே நாள்ள சேகரிச்சு தரணும். பணத்தை பத்தி கவலை வேண்டாம்.

விசாரிக்கற வீடு எல்லாத்துக்கும் ஏதாவது கிஃப்ட் கொடுங்க. எங்களோட சாம்பிள் ஸைஸ் சோப் கொடுங்க. அனுப்பி

வைக்கிறோம். அப்போதான் இன்ட்ரஸ்டிங்கா பதில் சொல்வாங்க. நம்ம வேலையும் சுலபமாகும். இது அட்வான்ஸ் செக். ப்ளீஸ் நாலுநாள்ள எனக்கு ரிப்போர்ட் கிடைக்கணும்."

"நிச்சயமா." சுவாதி அங்கிருந்து புறப்பட்டாள்.

ஒப்புக்கொண்டபடி நான்கு நாட்களில் விளம்பரக் கம்பெனி சர்வே ரிப்போர்ட் அனுப்பி வைத்தது. சுவாதி அதை ஆராய்ந்து அதை அடிப்படையாகக் கொண்டு தன் ரிப்போர்ட்டை தயார் செய்தாள். புது புராடக்ட் எப்படி இருந்தால் மார்க்கெட்டில் வெற்றி பெறும் என்று விளக்கமாய் எழுதினாள். புதிய சாம்பிளில் என்னென்ன மாற்றம் தேவை என்றும் எழுதினாள். அந்த புதிய சோப்புக்கு "ஆஹா" என்ற பெயர் சூட்டினால் புதுமையாகவும் மக்களின் அபிப்ராயத்தை சொல்லும் வகையிலும் இருக்கும் என்ற தன் கருத்தையும் எழுதி கையெழுத்திட்டு சீனிவாசனுக்கு அனுப்பிவிட்டுத்தான் வீட்டுக்குப் புறப்பட்டாள் அவள்.

மறுநாள் காலை சுவாதி அலுவலகத்துக்கு புறப்பட்டு ஹாஸ்டல் வாசலுக்கு வந்தபோது அங்கே அவளுக்கு ஒரு ஆச்சரியம், காத்திருந்தது. அவளுக்காக சீனிவாசன் அங்கே தன் காருடன் காத்திருந்தான்.

"ஹலோ... எங்க இவ்ளோ தூரம்."

"உங்களைப் பார்க்கணும்னுதான்."

"உள்ள வந்திருக்கலாமே."

"அனுமதிப்பாங்களோ, மாட்டாங்களோன்னுதான் இங்கேயே நின்னுட்டேன். எப்படியும் வெளிய வந்துதானே ஆகணும்."

"சொல்லுங்க என்ன விஷயம்?"

"உங்க ரிப்போர்ட் படிச்சுப் பார்த்தேன் சுவாதி அசந்துட்டேன். உடனே பாராட்டணும்னு தோணிச்சு. பட் லேட் நைட்ல வர முடியுமா? அதான் இப்போ வந்தேன். நிச்சயம் இந்த புராடக்ட் மார்க்கெட்டை பிடிச்சு நம்பர் ஒன்னாய்டும். எனக்கு சந்தேகமே இல்ல, வாங்க, போய்க்கிட்டே பேசுவோம்."

என்றவன் காரில் ஏற சுவாதி சுற்றி வந்து அவனுக்கு அருகில் அமர்ந்தாள். கார் கிளம்பியது.

“அப்புறம் சுவாதி இன்னொரு விஷயம் கூட உங்ககிட்ட சொல்லணும்னு வந்தேன். பட் தயக்கமா இருக்கு...”

“சொல்லுங்க எதுக்கு தயங்கணும்?”

“இ...இல்ல வேணாம்.”

“பரவால்ல சொல்லுங்க.”

“கோச்சுக்க மாட்டீங்களே.”

“அப்டி என்ன கோவிச்சுக்கும்படியா சொல்லப் போறீங்க?”

“தெரியல சுவாதி நானும் எத்தனையோ பெண்கள்கிட்ட பழகியிருக்கேன். ஆனா அவங்க நினைவு என் படுக்கை வரை வந்ததேயில்ல. ஆனா நீங்க வந்துட்டீங்க...”

சுவாதிக்கு உடம்பு குப்பென்று அனலடித்தாற் போலிருந்தது. தலையை குனிந்து கொண்டாள்.

“யெஸ் சுவாதி உங்களைப் பார்த்ததுலேர்ந்து ராப்பகலா உங்களையே நினைக்கறேன். என்னடா இதுன்னு என்னை நினைச்சு நானே வியந்து போறேன். இதுக்கு என்ன காரணம் சுவாதி?”

சுவாதிக்குத் தன் கனவும் நினைவுக்கு வர முகம் சிவந்து போனாள். அவளால் பதில் சொல்ல இயலவில்லை. “நாம கல்யாணம் பண்ணிக்கலாமா சுவாதி. உனக்கு இஷ்டமா?” சீனிவாசன் சட்டென்று அவள் கையைப் பற்றி கேட்க, காலோடு தலை ஜில்லென்று ஏதோ படர்ந்தது. உடம்பு சிலிர்த்தது. நடுங்கியது. அப்படியே மரக்கட்டை மாதிரி அமர்ந்திருந்தாள். எந்த பதிலும் சொல்லவில்லை.

“என்ன சுவாதி உனக்கு இஷ்டமில்லையா?”

“அ... அதில்ல... பட் எனக்கு அப்பா அம்மா சப்போர்ட் இல்ல சீனிவாசன். என் ஸைடுலேர்ந்து நீங்க சீர் சினத்தின்னு எதையும் எதிர்பார்க்க முடியாது.”

சீனிவாசன் பெரிதாக சிரித்தான்.

“பைத்தியம்! சீர் சினத்திக்கா கல்யாணம்? லுக் சுவாதி. எனக்குத் தேவை நீதான். நீ மட்டும்தான். உன் அப்பா அம்மா குடும்பம் பற்றி எனக்குக் கவலையில்லை.”

“பட் எனக்கு கடமை உண்டு.”

“என்ன கடமை!”

“அவங்க என்கிட்ட அன்பா இல்லாட்டாலும் அவங்களுக்கு பணத்தால நா உதவி செய்ய வேண்டியது மூத்தவள்ங்கற முறையில் என்னோட கடமை.”

“தாராளமா செய்...! இதுல என்ன தயக்கம்? இதுக்கு நா மறுப்பு சொன்னாதானே? வேற ஏதாவது அப்ஜக்ஷன் உண்டா?”

“இ...இல்ல...”

“அப்போ கல்யாணத்துக்கு நாள் பார்த்துடவா?”

“அதுக்கென்ன அவசரம்?”

“நல்ல காரியங்கள் உடனே நடந்துடணும் சுவாதி... எந்த இடையூறும் ஏற்படறதுக்கு முன்னால நல்லது நடந்துடணும், தள்ளிப் போடவே கூடாது. உனக்கும் இஷ்டங்கறபோது எதுக்கு தள்ளிப்போடணும் சொல்லு.”

சுவாதியை பேசவே விடவில்லை அவன். சுவாதி இறுதியில் லேசான கூச்சத்தோடு தலையாட்டினாள்.

“ஓ... தேங்க் யூ சுவாதி! என்னைப்போல அதிர்ஷ்டசாலி யாரும் இல்லன்னு நினைக்கறேன். இதைக் கொண்டாடலாமா. ஒரு கப் காப்பியும் ஸ்வீட்டும் சாப்பிட்டுட்டு போவோமே என்ன சொல்ற?”

சுவாதி சிரிப்புடன் தலையசைத்தாள்.

சீனிவாசன் காரை ஒரு நல்ல ரெஸ்டாரண்ட் வாசலில் நிறுத்தினான்.

சாப்பிடும்போது சுவாதி சொன்னாள்.

“கல்யாணம் சிம்பிளா இருக்கணும்.”

“ஓ.கே.”

“கோயில்ல முகூர்த்தம். ஹோட்டல்ல டின்னர்.”

“ஓ.கே.”

“கல்யாணமும் சாப்பாடும் பெண்வீட்டு சார்பா என் செலவுலதான் நடக்கும்.”

“ஓ.கே.”

“எல்லாத்துக்கும் ஓ.கே வா.”

“அதானே என்னிக்கும் நல்லது! அது சரி, என் ப்ரண்ட்ஸுன்னு கொஞ்சம் பேரையாவது கூட்ட அனுமதி உண்டா?”

“நிச்சயம் உண்டு. என் பக்கம்தான் யாருமில்ல. உங்க சார்பாவாவது ஆள் வரட்டுமே.”

“அப்போ இன்னிக்கே ஜோஸியர் பார்த்து நல்ல நாள் குறிச்சுடலாமா?”

“ம்...”

“பத்திரிகை எவ்ளோ அடிக்கலாம்.”

“உங்க இஷ்டம்.”

“நூறு போதும்னு நினைக்கறேன். மெய்னா ஆபீஸ் ஸ்டாஃப்தான்.”

சுவாதி பிரம்மித்தாள். ஒரே மணி நேரத்தில் எவ்வளவு தூரம் முன்னேறிவிட்டது விவகாரம்! ஹாஸ்டல் விட்டுப் புறப்படும்போது கூட தன் கல்யாணம் அன்றைக்கு நிச்சயிக்கப்படும் என்று நினைக்கவில்லை அவள். இதுதான் பிராப்தமா? நேரம்

வந்துவிட்டது என்று இதைத்தான் சொல்கிறார்களா? ராஜாமணிக்கு கல்யாணம் ஆகியிருக்குமா?

"என்ன சுவாதி யோசனை?"

"ம்... ஒண்ணுமில்ல" என்று சிரித்தாள்.

அடுத்த பதினைந்தாம் நாள் நல்ல முகூர்த்தநாள் என்று நிச்சயித்துவிட்டான் சீனிவாசன்.

சுவாதி கொஞ்சம் ஸ்வீட்டும் பூவும் வாங்கிக்கொண்டு அம்மா வீட்டுக்குப் போனாள். அம்மாவை நமஸ்காரம் பண்ணி விஷயம் சொன்னாள்.

“கல்யாணமா...” என்று அதிர்ந்தாள் அம்மா.

“ஆமா கல்யாணம்தான். எல்லாரையும் கூட்டிண்டு வடபழனிக்கு வந்துடு.”

அம்மா திகைத்தாள்.

“என்னம்மா அக்கம் பக்கம் கேட்டா என்ன பதில் சொல்றதுன்னு திகைக்கறயா?”

அம்மா பதில் சொல்லவில்லை.

“அக்கம் பக்கத்தை பத்தி நா கவலைப்படலை. நீங்க வந்து பெத்தவாளா இருந்து தாரை வார்த்து கொடுத்தா சந்தோஷப்படுவேன். இல்லன்னாலும் வருத்தமில்லை. எனக்கு யாருமில்லைன்னு நினைச்சுப்பேன்.”

“நா உங்கப்பாகிட்ட சொல்லிப் பார்க்கறேன். அவர் என்ன சொல்றாரோ செய்யறேன்.”

“உனக்கு ஒரு பட்டுப் புடவையும் அப்பாவுக்கு வேட்டி ஷர்ட்டும் மத்தவாளுக்கு ரெடிமேட் டிரெஸ்ஸும் வாங்கி வச்சிருக்கேன். நீங்க வந்தா கல்யாணத்தன்னிக்கு தரேன்.

வரலன்னா கல்யாணம் முடிஞ்சு கொண்டு வந்து தரேன். இந்தா இது இந்த மாசத்து பணம்" என்று ஒரு கவரையும் நீட்டினாள்.

முதன் முறையாக அம்மாவின் கண் கலங்குவதைப் பார்த்தாள் சுவாதி.

"கல்யாணத்துக்கப்பறம் நீ பணம் கொடுப்பாயா நிறுத்திடுவயா?"

ச்சட்..! முதலைக் கண்ணீர் தானா இதுவும்?

"நிறுத்த மாட்டேன். நா சாகற வரை என் பணம் வரும். நா வரேன் அப்பா வந்தா சொல்லு." சுவாதி புறப்பட்டாள்.

அப்பா அம்மா அன்போடு அமையவும் பாக்கியம் செய்திருக்க வேண்டுமோ? கடவுளே எனக்கு என்னைப்போல் ஒரு பெண் பிறக்க வேண்டும். நான் அதனிடம் உலகத்து அன்பை எல்லாம் பொழிய வேண்டும். ஒரு அதி உன்னதமான தாயாக இருக்க வேண்டும்....! சுவாதி மனமாற வேண்டிக் கொண்டாள்.

"**வா**ழ்த்துக்கள் சுவாதி" என்றார் மானேஜர். அலுவலகமே அவள் சாமர்த்தியம் பற்றி பேசியது. புது மானேஜரை எப்படி வளைத்துப் போட்டுவிட்டாள் பார் என்று பொறாமையோடு பேசியது. ஏற்கனவே பதவி உயர்வு கிடைத்துவிட்ட எரிச்சல். அந்த பதவி உயர்வுக்கு காரணம் அவள் ஒழுக்கம் கெட்டு மேலிடத்தை சரி செய்ததுதான் என்று வக்கிரமாய் சொல்லி சந்தோஷம் கண்டது. அதோடு நிற்கவில்லை. அங்கே ஒரு துராத்மா சீனிவாசனுக்கு சுவாதியை மிகக் கேவலமான வேசி என்று குறிப்பிட்டு மொட்டைக் கடுதாசி எழுதிப் போட்டது. அந்த கடிதத்தை வெறித்துப் பார்த்தான் சீனிவாசன். பிறகு மடித்து தன் டைரிக்குள் வைத்தான். தொடர்ந்து கல்யாண காரியங்களை கவனித்தான்.

இருவரும் கடைக்குச் சென்று பட்டுப் புடவையும் மற்ற துணிமணிகளும் வாங்கினார்கள். சீனிவாசன் தன் சார்பாக

சுவாதிக்கு ஒரு பட்டுப் புடவை வாங்க, சுவாதி பதிலுக்கு அவனுக்கு நல்ல கைக் கடிகாரம் ஒன்று வாங்கினாள்.

சிம்பிள் மாரேஜ்தான் என்றாலும் தொட்டுத் தொட்டு செலவாகத்தான் செய்தது. மேளக்காரனுக்கும், பூக்காரனுக்கும் தானே போய் பேசி அட்வான்ஸ் கொடுத்தாள்... கோயிலுக்கும் பணம் கட்டினாள். சரவணபவனில் சாப்பாட்டுக்கு ஏற்பாடு செய்து அட்வான்ஸ் கொடுத்தாள். எந்தக் கல்யாணப் பெண்ணாவது இப்படி ஒவ்வொன்றிற்கும் இடுப்பில் பணத்தை வைத்துக்கொண்டு அலைந்திருப்பாளா என்று யோசித்தாள். தனக்கு மட்டும் ஏன் இப்படி என்று நினைத்து கண் கலங்கினாள். ஹாஸ்டலில் மிகச் சிலருக்கே பத்திரிகை கொடுத்து விஷயம் சொன்னாள். அதில் ஒரு சிலர் முகூர்த்தத்திற்கு அவளை அலங்கரித்து அழைத்துச் சென்றனர். அவள் ஆட்டோவிலிருந்து இறங்கிய நிமிடம் பின்னால் வந்து நின்ற ஆட்டோவிலிருந்து அம்மாவும் அப்பாவும் மட்டும் இறங்கினார்கள். அப்பா எதுவும் பேசவில்லை. அம்மா மட்டும் அவளருகில் வந்து உரிமையோடு நின்று கொண்டாள். அப்பா வேட்டி மாற்றி உடுத்திக் கொண்டு வந்து நின்றார். சுவாதி அம்மாவுக்கு எடுத்து வைத்திருந்த பட்டுப் புடவையைக் கொடுத்தாள்.

வைதீகக் காரியங்கள் ஆரம்பித்தன. கல்யாண சமயத்தில் ஏற்பட்ட அவசர செலவுகளைக் கூட அப்பா ஏற்றுக் கொள்ளவில்லை. சுவாதி வாத்தியார் ஏதோ பணம் கேக்கறார் பார் குடு என்றார் கூச்சமில்லாமல். சுவாதி பர்ஸ் பிரித்து பணம் கொடுத்தாள். ஏதோ தாரைவார்த்துக் கொடுக்கவாவது வந்து சேர்ந்தார்களே என்றுதான் நினைத்தாள் அவள்.

பெற்ற கடமைக்கு மடியிலிருத்தி கன்னிகாதானம் செய்து கொடுத்தார். குறித்த முகூர்த்தத்தில் சீனிவாசன் தாலி கட்டினான். மூன்று முடிச்சு இறுகியபோது சுவாதிக்கு அழுகை வந்தது. கடவுளே இத்தனை நாள் எனக்கென்று யாருமில்லை. இப்போது ஏற்பட்டிருக்கும் இந்த உறவு எல்லாவற்றையும் விட உயர்ந்த உறவு.

இனி எல்லாம் எனக்கு இந்த உறவுதான். இது மகிழ்ச்சியாகவும் குழப்பமில்லாமலும் இறுதி வரை நீடிக்க வேண்டும். இனி எனக்கு யாருமில்லையே என்று நான் கவலைப்பட வேண்டிய அவசியமில்லை. இதோ இவன் வந்துவிட்டான்.

என் கண்ணீரைத் துடைப்பான். என்னை அரவணைப்பான். என் துன்பங்களைப் பகிர்ந்து கொள்வான். என் துயரங்களை நான் கடக்க உதவுவான். என் சுமைகளுக்குத் தோள் கொடுப்பான். இவன் கட்டிலை மட்டும் பகிரப் போகிறவனல்ல. வாழ்வையும் பகிரப் போகிறவன். இவன் எனக்கு கணவன் மட்டுமல்ல. நல்ல நண்பனாகவும் இருப்பான். அத்தோடு தாயாகவும் தந்தையாகவும் இருந்து என்னை வழி நடத்துவான். இனி இவனே எனக்கு உயிர். இவன் சுகமே என் சுகம். இவன் நிம்மதியே என் நிம்மதி. இவனுக்கு உண்மையாயிருப்பேன். அன்பானவளாயிருப்பேன். நல்ல மனைவியாயிருப்பேன். இவனுக்குப் பின்னால் புதிய சக்தியாக இருப்பேன். இவனுக்கு நல்ல குழந்தைகளை ஈன்று அளிப்பேன். என்னில் பாதி இவன். இவனில் பாதி நான். நாங்கள் அர்த்தநாரீஸ்வரர்கள்.

ஏதோ ஒரு குழந்தை பலூன் ஊதி வெடிக்க அந்த சப்தத்தில் சுவாதி நினைவுக்கு வந்தாள்.

முகூர்த்தம் முடிந்ததும் அப்பாவும் அம்மாவும் புறப்பட்டுவிட்டார்கள்.

“என்னம்மா இவ்ளோ அவசரம் சாப்ட்டுட்டு நிதானமா போகலாமே.”

“நாங்க சாப்ட வரலை.” அப்பா சுருக்கென்று பதில் சொன்னார்.

சுவாதி பெட்டி திறந்து உடன் பிறப்புகளுக்கு வாங்கி வைத்திருந்த துணிமணிகளை எடுத்துக் கொடுத்தாள். அம்மாவிடம் வெற்றிலைப் பாக்கில் ஐநூறு ரூபாய் நோட்டு வைத்து கொடுத்தாள். எதுக்குடி ரூபாய் என்ற படியே அம்மா எடுத்துக் கொண்டாள். தாரை வார்த்துக் கொடுத்ததற்கு கூலி

என்று சுவாதி நினைத்தாலும் வெளியில் சொல்லாமல் சிரித்து மழுப்பினாள். அவர்களை அனுப்பி வைத்தாள்.

கல்யாணக் கூட்டம் பேச்சும் சிரிப்புமாக ஹோட்டலுக்குப் புறப்பட்டது. சுவாதி இறைந்து கிடந்த சாமான்களை பார்த்து பார்த்து எடுத்து வைத்தாள். செட்டில் செய்ய வேண்டிய பாக்கிகளை தீர்த்தாள். சீனிவாசன் நண்பர்களுடன் ஹோட்டல் போய்விட்டான்.

சுவாதி மட்டும் தனியாக கடைசியில் புறப்பட்டாள்.

“என்ன சுவாதி கல்யாணப் பொண்ணு நீயே லேட்டா வர! என் ப்ரண்ட்ஸ் எல்லாரையும் உனக்கு அறிமுகப்படுத்தி வைக்கணும்னு எவ்ளோ நாழியா தேடறது!”

ஹாலில் அனைவரும் சாப்பிட்டுக் கொண்டிருக்க இதோ வந்திடறேன் என்ற சுவாதி ஆபீஸ் நண்பர்கள் அமர்ந்திருந்த வரிசை நோக்கிச் சென்றாள். அவர்களிடம் பேசி நிதானமாகச் சாப்பிடச் சொல்லிவிட்டு சீனிவாசனிடம் வந்தாள்.

“மறந்துட்டேன்” என்றாள்.

“எதை?”

“சுமங்கலிகளுக்கு கொடுக்கன்னு ப்ளவுஸ் பிட் எடுத்து வெச்சிருந்தேன். அவசரத்துல கொண்டு வர மறந்துட்டேன்.”

“போகட்டும் விடு.”

“அய்யோ மனசு கஷ்டமார்க்கு. ஒரு ஆட்டோ பிடிச்சு போய் கொண்டு வந்திடறேன். கொஞ்சம் பார்த்துக்கங்க வந்திடறேன்.” சுவாதி அவசரமாக வெளியில் வந்து ஆட்டோ பிடித்து ஹாஸ்டல் வந்தாள்.

சத்தம் கேட்டு வார்டன் எட்டிப் பார்த்தாள். முகம் மாறினாள்.

“என்ன சுவாதி தனியா வர”

“ப்ளவுஸ் பிட்ஸ் மறந்துட்டேன் மேடம்.”

“அதுக்காக? வேற யாரயாவது அனுப்பி இருக்கலாமே. கல்யாணமான பொண்ணு முதல் முதல்ல தனியாவா வருவாங்க. அதுவும் இது உன் பிறந்த வீடு மாதிரிம்மா.”

“சாரி மேடம். அவசரத்துல...”

“சரி சரி போய் எடுத்துக்கிட்டு கிளம்பு.” சுவாதி அறை திறந்து பொட்டலம் எடுத்துக்கொண்டு அதே ஆட்டோவிலேயே திரும்பினாள்.

“சீக்கிரம் வா சுவாதி என் ப்ரண்ட்ஸ் வெயிட் பண்றாங்க.”

சுவாதி வேகமாய் அவனருகில் சென்றாள். சீனிவாசன் பந்தியில் சாப்பிட்டுக் கொண்டிருந்த நண்பர்களின் அருகில் சென்று ஒவ்வொருவராக அறிமுகப்படுத்தி வைத்தான்.

சுவாதி ஒவ்வொருவருக்கும் வணக்கம் சொன்னாள்.

“இவன் என் டிஸ்டண்ட் ரிலேடிவ் க்ளோஸ் ப்ரண்ட். படவா முகூர்த்தத்துக்கு வராம கரெக்டா சாப்பாட்டுக்கு வந்துட்டான் இவன் பேர்...”

சுவாதி அவனைப் பார்த்தாள்.

மகேஷ்...!

அத்தியாயம் 13

மகேஷ் அவளையே பார்த்தான். சுவாதி தன் பார்வையைத் திருப்பிக் கொண்டாள். அவள் உடம்பு நடுங்கியது. இதுதான் சோதனை என்பதா? இல்லை அவள் தவறு எதுவும் செய்யவில்லை. அவள் பரிசுத்தமானவள். பனைமரத்தடியில் பால்தான் குடித்தாள். கள் என்று உலகம் சொன்னால் பால் கள்ளாகி விடாது. எதற்காக பயப்பட வேண்டும். மடியில் கனமிருப்பவன்தானே பயப்பட வேண்டும்! அவள் மடியிலும் சரி மனசிலும் சரி கனமில்லை.

“மகேஷ் உங்களுக்கு உறவா?”

“யெஸ்... இவனைத் தெரியுமா உனக்கு?”

“நானும் இவரும் ஒரே காலேஜ். என் கிளாஸ்மேட் இவர்.”

மகேஷ் அவளையே பார்த்தான்.

“சாப்டுங்க மகேஷ் ப்ளீஸ்.” சுவாதி அவனைக் கடந்து சென்றாள்.

பல பேரிடம் பேசிச் சிரித்தாலும் அவள் பார்வை மகேஷ் மீதே அடிக்கடி சென்றது. அவன் எப்போது போவான் என்றிருந்தது.

ஒரு வழியாக சாப்பாட்டு கலாட்டாக்கள் முடிந்து வந்திருந்த கூட்டம் கொஞ்சம் கொஞ்சமாய் விடைபெற்றுக் கரைந்தது.

ஹோட்டலுக்கு பாக்கிப் பணத்தை செட்டில் செய்தாள் சுவாதி.

“நாமும் புறப்பட வேண்டியதுதான்.”

“எல்லா சாமானும் எடுத்துக்கிட்டயா? எதையும் மறந்துடல இல்ல.”

“இல்ல...”

சீனிவாசன் ஒவ்வொரு சாமானாக கொண்டு காரில் வைத்தான். சுவாதியும் ஏறிக் கொண்டாள். சீனிவாசன் வண்டியைக் கிளப்பினான்.

பெஸன்ட் நகர் கடற்கரையை ஒட்டி ஒரு அழகிய வீட்டின் முன் கார் நின்றது. வாசலில் ஆரத்தி தட்டோடு வேலைக்காரி மாது ஒருத்தி நின்றிருந்தாள். சீனிவாசனின் ஏற்பாடு போலும். அவள் ஆரத்தி சுற்றிய பிறகு சுவாதி வலது கால் எடுத்து உள்ளே வைத்தாள். வீடு அழகாயிருந்தது. தரையில் ப்ளோர் டைல்ஸ் பதித்திருந்தது. சுவர்களில் இதமான நிறத்தில் டிஸ்டம்பர் அடித்திருந்தது. ஹால், இரண்டு பெட் ரூம்கள், பெரிய கிச்சன், அட்டாச்ட் பாத்... டாய்லட் கூட மிக நவீனமாயிருந்தது. பெட்ரூம் சுவரில் நீர் வீழ்ச்சி கொட்டியது. மாடியிலிருந்து பார்த்தால் கடல் தெரிந்தது. சுவாதிக்கு அந்த சூழல் மிகவும் பிடித்துப் போயிற்று. இதில் அவளும் சீனிவாசனும் கவிதையாய் வாழப் போகும் வாழ்க்கையை நினைத்து மகிழ்ந்தாள்.

“என்ன சுவாதி வந்ததும் மாடிக்கு வந்துட்ட?”

“இங்கேர்ந்து பரந்து விரிந்த கடல், மேல ஆகாசம் எல்லாம் பார்க்க ரம்யமா இருக்கு இல்ல?”

“ம் ரொம்ப... இதுதான் ஆபீஸ்ல எனக்கு கொடுத்திருக்கற வீடு. சொந்த வீடில்ல.”

“கவலைப்படாதீங்க. இதே மாதிரி சொந்த வீடும் கட்டிடலாம். ரெண்டு பேரும் கை நிறைய சம்பாதிக்கறோமே.”

“கரெக்ட் கட்டிடலாம். அதுக்காகத்தானே உன்னைக் கட்டிண்டேன். சரி கீழே வா சுவாதி. எனக்கு கொஞ்சம் வெளிய போகணும். நைட்டுக்கு சிம்ப்பிளா ஒரு டிஃபன் செய்துடு. கிச்சன்ல எல்லா சாமானும் இருக்கு. ஏதாவது வேணும்னாலும்

சர்வண்டை அனுப்பி வாங்கிக்க" சீனிவாசன் வேகமாக கீழே வந்தான். சுவாதி மேலும் ஒரு நிமிடம் நின்று தூரத்து அலைகளை ரசித்துவிட்டு கீழே வந்தபோது சீனிவாசன் வேறு உடைகளுக்கு மாறி பெட்ரூமில் தலை சீவிக் கொண்டிருந்தான். சுவாதி அவனையே பார்த்தபடி கட்டிலில் அமர்ந்தாள்.

தலை சீவி மணம் வீசிய டால்கம் பவுடரை பூசி, கை தூக்கி ஷர்ட்டின் அக்குள் பகுதியில் வெளிநாட்டு சென்ட்டை ஸ்ப்ரே செய்து கொண்டு "சரி நா வரவா" என்றபடி, ஷூவையும் அணிந்தவன் அந்த தனிமையில் தன்னை ஏதேனும் சீண்டி விஷமம் செய்வான் என்று நினைத்து ஏமாந்து போனாள். ஷூ அணிந்த பிறகு வேகமாக பெட்ரூம் கதவு திறந்து வெளியேறினான் சீனிவாசன்.

அடுத்த நிமிடம் அவன் கார் புறப்படும் ஓசை கேட்டது. சுவாதி மரம் மாதிரி நின்றாள். என்ன மனிதன் இவன்! புதிதாய் திருமணம் ஆனவன் இப்படியா சந்தர்ப்பம் கிடைத்தும் மனைவியைத் தொட்டுக் கொஞ்சாமல் ஓடுவான்? ஒருக்கால் கிணற்றுத் தண்ணீரை எந்த ஆற்று வெள்ளம் அடித்துச் சென்றுவிடப் போகிறது என்ற நினைப்பா. இரவில் மொத்தமாக பெற்றுக் கொள்ளலாம் என்கிற எண்ணமா? ஆமாம்... அப்படித்தானிருக்க வேண்டும். சுவாதியின் முகம் நாணத்தில் சிவந்தது.

டேப் ரெக்கார்டரில் கேஸட் ஒன்றைத் தேர்ந்தெடுத்து பொருத்தி பட்டனைத் தட்டினாள். பழைய ஹிந்திப் பாடல்கள் இனிமையாய் ஒலித்தது. கேஸட் கலெக்ஷனை ஒவ்வொன்றாய் புரட்டினாள். மருந்துக்குகூட தமிழ்ப் பாடல்களோ, பக்திப் பாடல்களோ, கர்நாடக இசையோ எதுவும் இல்லை. எல்லாம் மேற்கத்திய இசை, அல்லது ஹிந்திப் பாடல்களாகவே இருந்தன. அவனுடைய டேஸ்ட் அப்படியோ என்னமோ...? இனிமேல் கொஞ்சம், கிளாஸிகல் காஸெட்களும் தமிழ்ப் பாட்டுகளும் வாங்க வேண்டும் என்று நினைத்தாள் சுவாதி.

ஒலியை சற்று அதிகரித்துவிட்டு குளிக்கப் போனாள். எந்தப் பெண்ணுக்குமே முதல் இரவு என்பது எதிர்பார்ப்பையும், கற்பனைகளையும் அதிகரிக்கக் கூடிய சமாச்சாரம். புருஷன் தன்னிடம் எப்படி எல்லாம் நடந்து கொள்ள வேண்டும் என்பதை எல்லாம் கற்பனை செய்யாத பெண் இருக்க முடியாது. அந்த கற்பனைகள் இன்னும் சற்று நேரத்தில் நிஜமாகப் போகின்றன, என்று நினைத்தபோது சுவாதிக்கும் வானத்தில் பறப்பது போலிருந்தது. வெளிநாட்டு சோப்பின் நறுமணம் பாத்ரூமில் சூழ்ந்தது. இதமான வெந்நீரில் அலுப்பு நீங்க குளித்தாள்.

சாதாரணமாய் குளியல் என்பது மிகக் குறுகின சமாச்சாரமாய்தான் அவளைப் பொறுத்தவரை இருந்தது. அம்மா வீட்டில் ஐந்து நிமிடத்திற்கு மேல் குளிக்க முடியாது. குளிக்கறயா தூங்கறயா? என்று கத்துவாள் அம்மா. ஹாஸ்டலிலோ பல பேருக்கு ஒரே பாத்ரூம் என்பதால் அதிக நேரம் எடுத்துக் கொள்ள முடியாது. இங்கு இவளே ராணி. அழகான பாத்ரூம். இனிமையான இசையைக் கேட்டபடி எத்தனை நேரம் குளித்தாலும் கேட்க ஆளில்லை. சுவாதி அப்படித்தான் நேரம் போவது தெரியாமல் நிதானமாக தானும் ஏதோ பாட்டை முணுமுணுத்தபடி தேய்த்து தேய்த்து குளித்தாள். பக்கெட் பக்கெட்டாய் நீரை ஊற்றிக் கொண்டாள். போதும் என்று அவளுக்கே தோன்றின பிறகுதான் வெளியே வந்தாள்.

மாக்ஸி அணிந்து முதலில் டிபனைச் செய்து முடித்தாள். கோதுமை மாவு இருந்ததால் சப்பாத்தியும் கூட்டும் செய்து வைத்தாள். பிறகு புதுப்புடவை எடுத்து கட்டிக்கொண்டு தலையை தளரப் பின்னி வாங்கி வைத்திருந்த மல்லிகைப் பூவை தலை நிறைய வைத்துக் கொண்டாள். சாதாரணமாய் அரை முழம் பூவுக்கு மேல் வைத்துக்கொள்ள அவளுக்கு பிடிக்காது. ஆனால் இன்று முதல் இரவு என்பதால் புருஷனுக்காக பூ வைத்தாள். பவுடர் பூசி, சின்னதாய் பொட்டு வைத்துக்கொண்டு நிலைக் கண்ணாடிக்குத் தொலைவில் நின்று

தன் மொத்த உருவத்தையும் பார்த்தவள் தானே ஒரு கணம் மயங்கினாள். கடிகாரம் இனிமையாக எட்டு முறை கூவியது. ஏன் இன்னும் வரவில்லை?

வாசலுக்கும் உள்ளுக்கும் போரடிக்க நடந்தாள். ஒன்பது மணிக்கு சீனிவாசனின் கார் சத்தம் கேட்டது.

அலுப்போடு இறங்கினான்.

“எங்க போய்ட்டீங்க? ஏன் இவ்ளோ நேரம்?”

“ஏன் பயந்துட்டியா?” ஷர்ட்டை அவிழ்த்தபடி கேட்டான்.

“பயமில்ல. கவலையா போச்சு.”

“டிபன் செய்தாயா?”

“ம். சப்பாத்தியும் கூட்டும். கை கால் கழுவிட்டு வாங்க.”

“கை காலா...? குளிச்சுட்டே வந்துர்றேன்” என்றவன் பாத்ரூம் கதவைத் திறந்தான்.

அவன் குளித்து வந்ததும் டிபனைக் கொடுத்தாள். தானும் அருகிலேயே உட்கார்ந்து சாப்பிட்டாள். சாப்பிடும்போது அவன் எதுவும் பேசவில்லை. இரண்டே இரண்டு சப்பாத்திதான் சாப்பிட்டான். ஒரு கிளாஸ் பால் மட்டும் கொண்டு வா என்று கூறிவிட்டு எழுந்து போனான்.

பால் எடுக்கும்போது சுவாதிக்கு அழுகை வந்தது. இது முதல் இரவு. தாய் தந்தையும், உற்றவரும் சுற்றமும் ஆசீர்வதிக்க, தோழிகள் புடைசூழ முதன் முதலில் அடியெடுத்து வைக்கவேண்டிய இடம் முதல் இரவு அறை. ஆனால் இங்கே யாரும் இல்லை. அவளே மணப்பெண், அவளே அவளுக்கு தாய், தோழி... எல்லாம் அவளே.

“வா சுவாதி...” சீனிவாசன் அவளை வரவேற்றான். சுவாதி பாலை அவனிடம் நீட்டிவிட்டு கூச்சத்தோடு அவன் அருகில் அமர்ந்தாள்.

“பாதி பால் கொடுக்கணும் இல்ல?”

சுவாதி சிரித்தாள்.

சீனிவாசன் பாதி குடித்துவிட்டு மீதி பாலை நீட்டினான். அவள் குடித்து முடிக்கும் வரை மௌனமாயிருந்தான்.

“பேசேன் சுவாதி... என்ன ஸைலன்ட்டா இருக்க?”

“நீங்க பேசுங்க... நா கேக்கறேன்.”

“கரெக்ட். நா நிறைய பேசணும் சுவாதி. நா சொல்றதெல்லாம் நீ கேக்கணும். கேட்பாயா?”

“ம்...”

“நா ஒரு கம்பெனி ஆரம்பிக்கப் போறேன் சுவாதி. பாங்க் லோன் கிடைச்சுடும். அதே நேரம் என் அமெரிக்கா கஸிணும் கொஞ்சம் பணம் போடறான். உன்னுடைய புத்திசாலித்தனம் முழுக்க முழுக்க நம்ம கம்பெனிக்குதான் கிடைக்கணும்.”

சுவாதி அவனை நிமிர்ந்து பார்த்தாள்.

“நீ வேலையை விட்டுடணும் சுவாதி.”

சுவாதி ஒரு கணம் திகைத்தாலும் சரி புருஷனின் ஆசையிலும் எந்த தவறும் இல்லையே என்று யோசித்தவள், “சரி விட்டுட்டா போச்சு” என்றாள்.

“குட். நா என்ன கம்பனி ஆரம்பிக்கப் போறேன்னு, கேக்கமாட்டயா?”

“சொல்லுங்க.”

“மார்க்கெட்ல ஒரு புது சோப்... குளியல் சோப் அறிமுகப்படுத்தப்போறேன். அதோட புது ஷாம்பூ வெரைட்டி, வாஷிங் சோப்... இன்னும் நிறைய. முதல்ல குளியல் சோப். என்ன பேர் தெரியுமா? ஆஹா?”

சுவாதி அதிர்ச்சியோடு நிமிர்ந்தாள்.

“யெஸ் நீ சர்வே பண்ணி ரிப்போர்டு குடுத்தயே அதே ‘ஆஹா’தான். அந்த ரிப்போர்ட் இன்னும் எங்கிட்டதான்

பத்திரமா இருக்கு. அதை மேலிடத்துக்கு அனுப்பல நான். உன்கிட்ட சாம்பிள் குடுத்தேன் பார் ஒரு சோப் அதையே ஓகே பண்ணி விளம்பரப்படுத்த சொல்லிட்டேன். பட் அந்த சோப் படுத்துரும். அது மார்க்கெட்டுக்கு வரதுக்குள்ள 'ஆஹா' ரெடியாகணும். மார்க்கெட்டை பிடிக்கணும். அது விஷயமாதான் இப்போ அலைஞ்சுட்டு வரேன்."

"இது துரோகமில்லையா?"

"இல்ல. இதுதான் வியாபாரம். இந்த கடல்ல எல்லாம் திமிங்கலம்தான். ஒண்ணை ஒண்ணு சாப்டத்தான் முயற்சிக்கும். ஜாக்ரதையா இருக்கணும்."

"எதிரி வெளிய இருந்தா காப்பாத்திக்கலாம்ங்க. ஆனா நீங்க கூடவே இருந்து குழி பறிக்கறது குத்தமில்லையா? அந்த சர்வே ரிப்போர்ட் கம்பெனி செலவுல எடுத்திருக்கு. அதை எடுத்து வெச்சுக்க உங்களுக்கு என்ன உரிமை இருக்கு? நீங்களும் பிஸினஸ் ஆரம்பிங்க. நா வேணாம்னு சொல்லலை. நம்ம முயற்சியில் வேற ஒரு சோப் தயாரிப்போம். இது வேண்டாம். இதை அவங்ககிட்ட ஒப்படைச்சுடுங்க."

"ஷட் அப் சுவாதி. இப்போ நீ என் மனைவி. அந்த கம்பெனியின் அதிகாரியில்ல. காலேல முதல் காரியமா நானும் நீயும் ரிஸிக்னேஷன் எழுதறோம். நானே கொண்டு போய் கொடுத்துட்டு வரேன். புரிந்ததா?"

சீனிவாசன் விளக்கை அணைத்துவிட்டு அவளை இழுத்துக் கொண்டான். சுவாதி இந்த நேரத்தில் அதிகம் பேச வேண்டாம் என்று நினைத்து அவனுக்கு வளைந்து கொடுத்தாள். ஆனால்... நிமிடங்கள் கடந்தன... சுவாதி சீனிவாசனைக் குழப்பத்தோடு பார்த்தாள். சீனிவாசன் பல்லைக் கடித்தான். சட்டென்று அவளை உதறிவிட்டுப் படுத்தான்.

சுவாதி அவனுடைய அந்த இயலாமையைக் கண்டதும் நெருப்பில் விழுந்தாற்போல் ஆனாள். இது இரண்டாவது

அதிர்ச்சி! கடவுளே இது கொடுமை! அதிர்ச்சிக்கு மேல் அதிர்ச்சியாக... கடவுளே எனக்கு மட்டும் ஏன் தொடர்ந்து சோதனைகள்? சுவாதி வாய்விட்டு பெரிசாக அழுதாள்.

அத்தியாயம் 14

தொடுவானம் என்பது கிட்டே செல்லச் செல்ல விலகுவதுபோல்தான் சுவாதியைப் பொறுத்தவரை வஸந்தமும் அவன் வாழ்க்கையில் எட்டாத ஒன்றாகவே ஆகிவிட்டதோ என்னவோ? அம்மாவின் வீட்டில் எதற்கும் சுதந்திரமில்லை. அங்கே ஒருவிதமான அவதி. ஹாஸ்டல் வாழ்க்கையில் தொந்திரவில்லை என்றாலும் அதுவும் ஒரு வறட்சியான வாழ்க்கைதான். அதற்குப் பிறகு சீனிவாசனைக் கண்டதும் எண்ணி இருபது நாளில் அவனுக்கு மனைவியானதும் கண் மூடிக் கண் திறப்பதற்குள் நடந்து முடிந்துவிட்டது.

ஒரு வஸந்தத்தை எட்டிப் பிடித்துவிட்டதாகத்தான் நினைத்திருந்தாள் சுவாதி. சீனிவாசன் இத்தனை நாள் அணிந்திருந்தது முகமூடிதான். அதற்குப் பின்னால் மற்றொரு முகமும் அவனுக்கு உண்டு என்பது புரிந்ததும் துடித்துப் போனாள். அதைவிடக் கொடுமை அவனது இயலாமை! ஒரு பெண்ணை நிறைவாக்குவது தாய்மை என்றால், அந்த தாய்மையை அளிக்க இயலாதவன் எதற்காக ஏமாற்றி அவளைத் திருமணம் செய்து கொண்டான்? அவன் ஏமாற்றுவது இருக்கட்டும். அவள் எத்தனை புத்திசாலி! அப்படிப்பட்டவள் எப்படி ஏமாந்து போனாள்.

சொந்தமில்லாத பெண்ணைத் தொடுபவன் கயவன் என்றால் ஆண்மையில்லாதவன் ஒரு பெண்ணை சொந்தமாக்கிக் கொள்வது அதைவிட கயமையான செயல்! அந்த கேவலத்தைத்தான் செய்திருக்கிறான் சீனிவாசன். இதனால்தான்

இத்தனை அவசரமாய் திருமணத்தை முடித்து அவளை சிறைப்படுத்தியிருக்கிறான். அவனுக்கு கோடீஸ்வரனாக வேண்டும். அவளுடைய புத்திசாலித்தனமும் அதற்கு மூலதனமாக தேவை என்கிற நிலையில் எத்தனை சுலபமாய் அவளை வீழ்த்தி ஏமாற்றியிருக்கிறான்!

கட்டிலில் ஒரு பெண்ணுக்கு துரோகம் செய்வது எவ்வளவு கொடுமை! எத்தனை கனவு கண்டிருப்பாள் அவள்! அத்தனையும் நிராசைதானா? இனி அவள் வாழ்வில் ஒன்றுமேயில்லையா? கன்னித்தன்மை நீங்காத கல்யாணம் என்ன கல்யாணம்? சுவாதி குமுறிக் குமுறி அழுதாள்.

அவன் முகத்தைப் பார்க்கக் கூட அருவறுப்பாயிருந்தது அவளுக்கு. ஆனால் சீனிவாசனுக்கு கூச்சமும் இல்லை குற்ற உணர்வும் இல்லை. மனிதனாய் இருந்தால் இருந்திருக்குமோ என்னமோ. மறுநாள் வெகு சாதாரணமாக வந்து ரிஸிக்னேஷன் எழுதிட்டயா என்றான் அவளிடம். சுவாதி எரித்து விடுவதுபோல் பார்த்தாள் அவனை.

“இன்னும் எழுதலையா? இந்தா எழுது” என்று பேப்பர் பேடும், பேனாவும் எடுத்துக் கொடுத்தான்.

சுவாதி அவற்றை வாங்கி வீசி எறிந்தாள். சீனிவாசன் ஆத்திரத்தோடு அவளைப் பார்த்தான்.

“நீங்க ஒரு ஃப்ராடு! என்னை ஏமாத்திட்டீங்க. நீங்க சொல்ற எல்லாம் நான் செய்யறேன். பதிலுக்கு எனக்கு ஒரு குழந்தை வேணும் கொடுப்பீங்களா...? முடியாது... உங்களால முடியாது. யூ ப்ளடி ராஸ்கல்...! எதுக்கு என்னை ஏமாத்தின? ஏன் என்னை கல்யாணம் செஞ்சுண்ட. இது தப்பில்லையா? முடியாதவனுக்கு எதுக்கு கல்யாணம்? ஏன் என் வாழ்க்கையைப் பாழாக்கின? நா உனக்கு என்ன துரோகம் செஞ்சேன்? சொல்லு என்ன துரோகம் செஞ்சேன்...?”

சுவாதி வெறி பிடித்தவள்போல் பாய்ந்து அவன் சட்டைக் காலரைப் பிடித்து உலுக்கினாள். சீனிவாசன் பளாரென்று அவளைக் கன்னத்தில் அறைந்து தள்ளினான்.

“ஆமாண்டி... நா பொட்டதான். இப்ப என்னன்ற அதுக்கு? உன்னைக் கட்டிண்டது உன்கூட குடித்தனம் நடத்தி புள்ளை பெத்துக்க இல்ல. நீ அந்த கம்பெனில இருந்தா அது அந்த கம்பெனிக்கு லாபம். என்கிட்ட இருந்தா எனக்கு லாபம்.. அதான் ஒரு மஞ்சக்கயத்துல உன்னைக் கட்டிப் போட்டுட்டேன். இங்க உனக்கு ஒரு குறையும் இருக்காது. புள்ளை வேணும்னா எங்கயாவது அனாதை இல்லத்துலேர்ந்து தத்து எடுத்துக்க. யார் வேண்டாம்னாங்க.

எல்லாத்தையும் மறந்துடு. பணம்தான் குறிக்கோள்னு வெச்சுக்கோ. சௌகர்யங்கள் கிடைச்சுட்டா வாழ்க்கை சொர்க்கமாய்டும். அதுக்கு உழைக்கணும். எனக்கு பிஸினஸ்ல உதவு. ஒரு நல்ல மனைவியா இரு. பிள்ளையில்லாம எத்தனை பேர் சந்தோஷமா வாழல! அந்த மாதிரி நினைச்சுக்க... எனக்கு நீ எதிரியில்ல. என்கிட்ட பணிவா நீ இருந்தா நா உன்கிட்ட ஆசையா இருப்பேன். உன்னை ராணி மாதிரி வெச்சுப்பேன்.”

“வெறும் பணமும் காசும்தான் வாழ்க்கையா? உன் குறை வேற மாதிரி இருந்தா கூட என் விதின்னு தத்து எடுத்துக்கலாம். ஆனா... ஆனா உன்னால... எனக்கு சுகமே இல்லாம பண்ணிட்டயே பாவி!”

சீனிவாசன் அவளை வெறித்துப் பார்த்தான். “இப்ப என்ன சொல்ற நீ...? ராஜினாமா குடுப்பயா மாட்டயா?”

“மாட்டேன். மஞ்சக் கயறுக்கு மரியாதை குடுக்கலாம். அது மஞ்சக் கயறா இருந்தா! நீ என் கழுத்துல மாட்டியிருக்கறது சுருக்குக் கயறு. நீ செய்தது தப்பு. இந்த தப்போட நிறுத்திக்க. நீ செய்யப்போற தப்புக்கு ஒருக்காலும் தா உடந்தையா இருக்க மாட்டேன்.

நா குடுத்த ரிப்போர்ட்டோட காப்பி என்கிட்டயும் இருக்கு. அதோட சர்வே ரிப்போர்ட் காப்பியும் இருக்கு. அதை பேஸ் பண்ணிதான் இதை தயாரிச்சேன்னு என்னால நிரூபிக்க முடியும். புது சோப்போட ரிப்போர்ட்டை கம்பெனிகிட்ட ஒப்படைப்பேன்.

ஒருக்காலும் அதைத் திருட உங்களை விடமாட்டேன், என் திறமையை மதிச்சு எனக்கு பதவி உயர்வு கொடுத்த கம்பெனிக்கு ஒரு நாளும் நம்பிக்கை துரோகம் செய்ய மாட்டேன். இதனால என் வாழ்க்கையே பறிபோனாலும் சரி!"

"சும்மா நிறுத்துடி..! பதவி உயர்வாம் பதவி உயர்வு! அது எப்டி உனக்கு கிடைச்சுதுன்னு எனக்குத் தெரியாது? உன் கதைதான் ஆபீஸ்ல சிரிப்பா சிரிக்குதே."

"என்ன சிரிப்பா சிரிக்குது."

"வந்தவுடனேயே மேலிடத்தை சரிக்கட்டிதான் பதவி உயர்வு வாங்கினாயாம் நீ. அத்தனை ஆபீஸர்சும் இவ படுக்கைல படுத்து எழுந்தவன், இவளையா கல்யாணம் செய்துக்க போற, உனக்கு என் அனுதாபம்னு எனக்கு மொட்டக் கடுதாசி வந்ததைக் கூட நா பொருட்படுத்தாமதான் உனக்கு தாலி கட்டினேன், தெரிஞ்சுக்க"

"என்ன சொன்னீங்க...? மொட்டைக் கடுதாசியா?"

"ஆமா."

"அப்பறம் என்ன? மொட்டைக் கடுதாசி எழுதிப் போட்டவன் எவன்னு கண்டுபிடிச்சு கூட்டிட்டு வாங்க. அவன் அதை என் எதிர்ல சொல்லட்டும். நிரூபிச்சு காட்டட்டும். எவனோ மொட்டைக் கடுதாசி எழுதிப் போட்டானாம். அவன் எழுதிப் போட்டா... நா படுத்துட்டதா ஆய்டுமா?"

"அப்டின்னா நீ எவன் கூடயும் படுத்ததே இல்லன்ற..."

சுவாதி பதில் சொல்லவில்லை. பைத்தியத்திடம் என்ன சமாதனம் சொல்வது? இவன் என்னமோ யோக்கியன்போல் அவளைக் குற்றம் சாட்டும்போது சமாதானம் செய்துதான் என்ன ஆகப் போகிறது. எனவே வெறுப்போடு பேசாமல் இருந்தாள்.

"சரி நா கேக்கற கேள்விக்கு பதில் சொல்லு பாக்கலாம். நீ ஏன் உன் படிப்பை திடீர்னு நிறுத்தின?"

சுவாதி நிமிர்ந்து பார்த்தாள்.

"நா டியூஷன்ல சம்பாதிச்சுதான் பணம் கட்டி படிச்சேன். ஒரு கட்டத்துல என்னால டியூஷனும் சரியா எடுக்க முடியலை. ஹாஸ்டலுக்கு பணம் கட்ட முடியல. வேலையும் கிடைச்சுது. சரின்னு சேர்ந்துட்டேன்."

"பொய்... சுத்தப் பொய்! இதனால்தான் நீ படிப்பை நிறுத்தினயா? இதைத் தவிர வேற காரணமே இல்லையா?"

"வேற என்ன காரணம் இருக்கும்னு நினைக்கறீங்க?"

"இருக்கு. காரணம் இருக்கு. நா உன்னை ஏமாத்திட்டேன்னு சொல்றயே நீயும்தான் என்னை ஏமாத்தியிருக்க. நா உனக்கு செய்ததைவிட பெரிய துரோகம். செஞ்சிருக்க..."

"அதான் என்னன்னு சொல்லுங்க."

"சொல்லிட்டா ஒத்துப்பயா?"

"உண்மையார்ந்தா ஒத்துக்கறேன்."

"ராஜாமணின்னு ஒரு காதலன் உனக்கு உண்டு. அவனோட கோல்டன் பீச்ல காட்டேஜ் எடுத்து, கூத்தடிக்கல நீ?"

"நோ...!" சுவாதி பெரிசாய் அலறினாள். இதெல்லாம் மகேஷின் வேலை என்று புரிந்தது அவளுக்கு!

"அப்படின்னா மகேஷ் சொல்றது பொய்யா? நீ தங்கலையா அவனோட."

"தங்கினேன். தங்கினது உண்மைதான். அவன் எனக்கு நல்ல நண்பன். ஒரு அசந்தர்ப்பமான சூழ்நிலையில் அவனோட தங்கும்படியா ஆச்சு. ஆனா நீங்க சொல்ற மாதிரி அங்க எந்த தப்பும் நடக்கலை. அதுதான் நிஜம். சத்தியம்!"

சீனிவாசன் பெரிதாகச் சிரித்தான். "இதை என்னை நம்பச் சொல்றயா? ஒரு ஆம்பளையும் பொம்பளையும் தனியா ரூம் போட்டு தங்குவாங்களாம். உள்ள ஒண்ணும் நடக்கலையாம்... போய் யார்கிட்ட வேண்ணாலும் சொல்லிப்பாரு. எவனாவது

நம்பினா சொல்லு. நானும் நம்பறேன். ஒண்ணு நீ சொல்றது பொய்! இல்ல... அவனும் பொட்டையார்க்கணும்."

"நோ... அவர் என் நண்பர். வேற எந்த உறவும் எங்களுக்குள்ள இருந்ததில்ல. இருந்திருந்தா அவரைக் கல்யாணம் பண்ணிக்க என்ன தடை எனக்கு?"

"அவனுக்கு தடை இருந்திருக்கலாம். அது சரி. ஒரு ஆணும் பெண்ணும் நண்பர்களா இருந்துட முடியுமா...? நண்பர்கள் மாதிரி வேஷம் வேணா போட முடியும். நிச்சயமா எந்த தப்பும் பண்ணாம ஒரு ஆணாலயும் பொண்ணாலயும் பழகவே முடியாது. அப்படி பழகறவங்க எதுக்கு ரூம் எடுத்து தனியா தங்கணும்?"

சுவாதி துவண்டு போனாள்.

அத்தியாயம் 15

"நானும் குற்றவாளிதான் நீயும் குற்றவாளிதான் அதனால் அனுசரிச்சுப் போகச் சொல்றேன்."

சுவாதி அவனையே பார்த்தாள். அக்னிப் பிரவேசம் செய்தா நிரபராதி என்று நிரூபிக்க முடியும்? அப்படி நிரூபித்தும் சீதை என்ன வாழ்ந்துவிட்டாள்? இது ஆணாதிக்க உலகம். ராமாயண காலத்திலிருந்து இன்று வரை இங்கே பெண்ணுக்கு மரியாதை இல்லை. பெண் எத்தனை திறமைசாலியாக இருந்தாலும் கேவலம் பெண்தானே என்றுதான் பேசப்படுகிறாள்.

பெண்ணை ஒரு சரீரமாக மட்டுமே பார்ப்பவர்கள் இவர்கள். படுக்கையறையில் மட்டுமே அவளுக்கு சம உரிமை. மற்றபடி அவள் ஆணுக்கு பின்னால் மறைந்திருக்க வேண்டும் என்றுதான் விரும்புகிறது. அப்படியும் ஒரு பெண் பெயரும் புகழும் பெற்றுவிட்டால் அந்த பெயரும் புகழும் அவள் உடம்பை விற்று சம்பாதித்தவை என்று கூசாமல் பேசும். அப்படி பேசுவதில் அவர்களுக்கு ஒரு குரூர ஆத்மதிருப்தி கிடைக்கிறது. தன் திறமையின்மையையும் அதன் மூலம் மறைத்து தான் ஒழுக்கத்தில் உயர்ந்தவர் என்னால் இப்படி உயர முடியாது என்று பொய்முலாம் பூசிக் கொள்ளும் போலிகள். இப்படிப்பட்ட உலகத்தில் எதையும் நிரூபித்து விட முடியாது. நிரூபித்தாலும் நம்பப் போவதில்லை என்னும் பட்சத்தில் எதற்கு நிரூபிக்க பிரயத்தனப்பட வேண்டும்? சுவாதி ஒரு முடிவுக்கு வந்தாள். சீனிவாசனை நேருக்கு நேர் பார்த்தாள்.

"என்னை நிரூபிக்க வேண்டிய அவசியம் எனக்கில்லை. அதே நேரம் நீங்க என்னை குற்றவாளின்னு சொல்லிட்டதால

நான் குற்றவாளியாவும் ஆகிட முடியாது. அதுக்காக உங்க தவறுகளுக்கு துணை வருவேன்னு கனவுலயும் நினைக்க வேண்டாம். உங்களுடைய நேர்மையான முன்னேற்றத்துக்கு நிச்சயம் நா முதுகெலும்பா இருக்கத் தயார். ஏமாற்றிப் பிழைக்கும் உங்க வழிக்கு ஒரு நாளும் கை கொடுக்கமாட்டேன்."

"இதான் உன் முடிவா?"

"நிச்சயமா. வேலையை அது வரைக்கும் நா விடவும் மாட்டேன். ஒரு பெண்ணுக்கு சில நேரம் அவ புருஷனை விட நம்பிக்கையானது அவ சம்பாத்தியம்தான். அது அவளை என்னிக்கும் கை விடாது. உங்க குணம் தெரிஞ்ச பிறகு, உங்களை நம்பி என் வேலையைவிட நான் முட்டாள் இல்ல."

சீனிவாசன் வெறியோடு அவளைப் பார்த்தான். புத்திசாலி என்றாலும் மனைவி என்ற ஸ்தானத்தில் என்ன சொன்னாலும் அடங்கி நடப்பாள் என்கிற சராசரி பெண்ணாய் அவளை நினைத்துவிட்டது தவறு என்று புரிந்தது அவனுக்கு. அசாதாரணம் என்று தெரிந்தபின் நேருக்கு நேர் மோதுவதென்பது இயலாத காரியமாயிற்று. ஏற்கனவே இருந்த இயலாமையோடு இந்த இயலாமையும் சேர அவனுக்குள் துவேஷமும் ஆத்திரமும் அலை அலையாய் பொங்கிற்று. தன் மீதே எரிச்சல் வந்தது. பல்லைக் கடித்தபடி வேகமாய் வெளியில் சென்றான்,

தகராறு என்று வந்த பிறகு வீடு நரகமாயிற்று. தாம்பத்யம் என்பது இருவர் சேர்ந்து இழுக்க வேண்டிய தேர் ஆளுக்கு ஓர் திசையில் இழுத்தால்...? புருஷனும் மனைவியும் எதிர் எதிர் அணியில் நின்றால்...? தன் வாழ்க்கை இப்படி போராட்டமாகும் என்று சுவாதி நினைத்துக் கூட பார்க்கவில்லை. தொட்டுவிட்டதாய் நினைத்தது தொடுவானம் இல்லை அதுவும் வெட்டவெளிதான் என்ற உண்மை உடம்பின் ஒவ்வொரு செல்லிலும் திராவகத் துளியாய் இறங்க சூனியமானாள் அவள். அந்த சூனியத்திலேயே புதிதாய் உருவெடுக்கத் தீர்மானித்தாள்.

பெண் சக்தியின் இருப்பிடம். சக்திக்கு அழிவேயில்லை. அது புதுப்புது ரூபங்களில் பிறக்கும். ஏமாற்றங்கள் எல்லாம்

வெற்றிக்குப் படிகள் என்று நினைத்தால் சுலபமாய் ஏறி மிதித்து கடந்து செல்லலாம் என்று நினைக்கக்கூடிய பக்குவம் அவளுக்கு இருந்தது. இத்தனை புயல்களை வாழ்வில் சந்திப்பாள் என்பதால்தான் ஆண்டவன் அவளுக்கு அசாத்தியமான ஆத்ம பலத்தைத் தந்திருக்கிறானோ என்னவோ. எனவே அவளுக்குத் தோல்வியே இல்லை.

சுவாதி மூன்றாம் நாளே வேலைக்குப் புறப்பட்டுவிட்டாள். சீனிவாசனால் அவளைத் தடுக்க முடியவில்லை. நிதானமாய்த்தான் அவளை தன் வழிக்கு கொண்டுவர வேண்டும் என்று நினைத்தானோ என்னமோ.

மூன்றாம் நாளே வேலைக்கு வந்தவளை அலுவலகம் வித்யாசமாகப் பார்த்தது.

“என்ன மேடம்... இவ்ளோ சுருக்கா? ஹனிமூன் டிரிப் எதுவும் இல்லையா?” என்று கேட்டாள் ஒருத்தி கண் சிமிட்டியபடி... சுவாதி லேசாய் சிரித்தாள். வேறு யாரும் எதுவும் கேட்கும் முன் மானேஜரின் அறையில் நுழைந்தாள்.

“வாம்மா சுவாதி உட்கார்” என்றார் இனிமையாய். சுவாதி புன்சிரிப்போடு உட்கார்ந்தாள்.

“என்ன... எப்டியிருக்கு மாரேஜ் லைஃப். பத்து நாள் லீவு போட்ருந்த! அதுக்குள்ள வந்திருக்க?”

“ஆமா சார். ஒரு வேலை இங்க அரைகுறையா விட்டுட்டு போய்ட்டேன். நிம்மதியாவே இருக்க முடியல, அதான் வந்துட்டேன்.”

“நல்ல பொண்ணும்மா நீ. சந்தோஷமா இருக்க வேண்டிய நேரத்திலயா ஆபீஸை நினைப்பாங்க.”

சுவாதி சிரித்தாள்.

டெலிஃபோன் மணி அடித்தது. அவர் ரிஸிவரை எடுத்தார். அடுத்த நிமிடம் அவர் முகம் மாறியது. டெலிபோனை வைத்துவிட்டு சுவாதியைப் பார்த்தார்.

"என்ன சுவாதி நடந்தது?"

"சார்...?"

"டெலிஃபோன் சீனிவாசன் கிட்டேர்ந்துதான் வந்தது. வேலையை ரிஸைன் பண்றானாம். முறைப்படி ரிஸிக்னேஷன் அனுப்பி வைக்கிறானாம். சுவாதியையும் வேலையை ரிஸைன் பண்ணச் சொன்னேன் அவ கேக்கலை. என்னுடைய உளவாளியா அங்கேயே தொடர்ந்து வேலை செய்து கம்பெனி சீக்ரட்ஸை எனக்குக் கொடுக்கறேன்னு சொல்றா. எனக்கு மனசு கேக்கலை. அதான் உங்ககிட்ட சொல்லிட்டேன்னு சொல்றான்...! எனக்கு ஒண்ணும் புரியலையே சுவாதி."

சுவாதி அதிர்ந்தாள். சீனிவாசனின்க்கு யுக்தி வேலை செய்ய ஆரம்பித்துவிட்டது. அவளை வீழ்த்த அவன் எய்திருக்கும் முதல் அஸ்திரம் இது என்பது புரிந்து போயிற்று.

மானேஜரைப் பார்த்தாள்.

"இதை நீங்க நம்பறீங்களா சார்?"

"நம்பமுடியலை சுவாதி! ஆனா ஏன் இப்டி... அதுவும் கல்யாணமான மூணே நாள்ள..."

"நா ஏமாந்துட்டேன் சார்..." சுவாதி உடைந்து அழ ஆரம்பித்தாள்.

"சுவாதி... சுவாதி என்னம்மா இது... என்னாச்சு...? என்னை உன் தகப்பனா நினைச்சு எதுவார்ந்தாலும் சொல்லும்மா."

சுவாதி கண்ணைத் துடைத்துக்கொண்டு எழுந்தாள். "ஒரு நிமிஷம் சார் இதோ வந்திடறேன்" என்று கேட்டுக்கொண்டு தன் அறைக்கு வந்தாள். பீரோ திறந்து தான் தயாரித்த ரிப்போர்ட்டையும் விளம்பரக் கம்பெனி கொடுத்த சர்வே ரிப்போர்ட்டையும் எடுத்துக்கொண்டு திரும்பவும் மானேஜரிடம் வந்தாள்.

“இது போன மாசம் நா தயாரித்த ரிப்போர்ட் சார். டேட் பாருங்க. இதை நம்ப புது புராடெக்ட்டுக்காக தயாரிக்க சொன்னதே சீனிவாசன்தான். நானும் நாலே நாள்ள தயாரிச்சுக் கொடுத்தேன். புது புராடக்டோட சாம்பிள் அவ்ளோ திருப்தியா இல்லைன்னும் அவர்கிட்ட சொன்னேன். ஆனா அவர் அதை இன்னிவரைக்கும் மேலிடத்துக்கு அனுப்பல. அதே நேரம் சாம்பிளை ஓகே பண்ணி விளம்பரப்படுத்தவும் சொல்லியிருக்கார். அதே நேரம்...” சுவாதி பேச முடியாமல் சற்று நிறுத்தினாள். பிறகு சீனிவாசனின் திட்டங்களை, அவளை வற்புறுத்தியதை ஒவ்வொன்றாய் அவரிடம் சொன்னாள். ஆனால் தாம்பத்யத்திலும் தான் தோற்றுப் போனதை மட்டும் கூச்சத்தால் சொல்லவில்லை.

“இவ்வளவு மோசக்காரனா சீனிவாசன்?” மானேஜர் வியந்தார்.

“உங்களுக்கு என் மேல முழு நம்பிக்கை இருந்தா நா வேலைல கன்டினியூ பண்றேன் சார். ஏன்னா துளி சந்தேகமும் நரகமாய்டும். நீங்க உடனடியா புது சோப் மார்க்கெட்ல வராம தடுக்கணும். புரொடக்ஷனை நிறுத்தணும். இந்த ரிப்போர்ட் பிரகாரம் “ஆஹா” சோப் மார்க்கெட்டுக்கு உடனடியா வரணும். அதுக்கு முன்னால இந்த பேரையும் ரிஜிஸ்டர் செய்தாகணும். அட்வான்ஸாகவே விளம்பரப்படுத்தறதும் நல்லதுன்னு தோணுறது. அது நம்ம கம்பெனி ப்ராடக்டுன்னு மக்கள் புரிஞ்சுக்கணும்.”

மானேஜர் தீவிரமாக யோசித்தார். சுவாதி அவர் முகத்தையே தயக்கத்தோடு பார்த்தாள்.

“ஓ.கே சுவாதி. உடனே நீ சொன்ன படி எல்லா ஏற்பாட்டையும் செய்யச் சொல்லிடறேன்.”

“அப்போ நான் தொடர்ந்து இங்க...”

“ச்சட்! என்ன பெண்ணம்மா நீ? உன்னை யார் போகச் சொன்னா? உனக்கு அடுத்த புரொமோஷனுக்கு ஏற்பாடு பண்றதுதான் என் முதல் வேலை. போய் வேலையைப் பார் சுவாதி!”

சுவாதி நன்றியோடு அவரைப் பார்த்துவிட்டு எழுந்து கொண்டாள். தொண்டை அடைத்தது அவளுக்கு.

அத்தியாயம் 16

இடையில் சுவர் விழுந்த பிறகு ஒருவர் முகத்தை ஒருவர் பார்த்துக் கொள்வது கூட இயலாமல் போயிற்று. பேச்சும் சிரிப்பும் இல்லாத வீடு நரகமாயிற்று. சுவாதி ஒரு ரூமிலும் சீனிவாசன் இன்னொரு ரூமிலுமாக படுத்துக் கொண்டார்கள். காலையில் எழுந்து சமைத்து வைத்துவிட்டுப் புறப்படுவாள் அவள். அவள் போன பின்பு அவன் தானே போட்டுக் கொண்டு சாப்பிடுவான். முதல் இரண்டு நாள் சாப்பிடாமல் வெளியிலதான் சாப்பிட்டான். ஆனால் விலையும் கட்டுப்படியாகவில்லை. வயிற்றுக்கும் ஆகவில்லை. எனவே சாப்பாட்டு விஷயத்தில் மட்டும் வீறாப்பு காட்டாமல் சாப்பிட ஆரம்பித்துவிட்டான்.

வேலையை உடனே ராஜினாமா செய்துவிட்டாலும், புதுக் கம்பெனியை நினைத்தபடி விரைவாக திறக்க முடியவில்லை. அமெரிக்க உறவுக்காரன் பணம் அனுப்பத் தாமதமாயிற்று. அது தாமதமான ஒவ்வொரு நாளும் சுவாதியின் கம்பெனிக்கு வெற்றியாயிற்று. “ஆஹா” சோப் வெற்றிகரமாக மார்க்கெட்டை பிடித்தது. சீனிவாசனின் துவேஷம் அதிகமாயிற்று.

பெண் ஜெயிப்பதை எந்த ஆணும் ரசிப்பதில்லை. அதுவும் மனைவி என்ற ஸ்தானத்திலிருக்கும் ஒரு பெண்ணிடம் புருஷன் தோற்க விரும்புவதில்லை. தோற்றால் அவமானம் அதிகமாகிறது. அவமானம் சினம் கிளப்புகிறது. சினம் சிந்தையை கீழே தள்ளி மிருகமாக்குகிறது. மனிதன் மிருகமானால்...! சீனிவாசன் மிருகமானான்.

சுவாதி படுத்திருந்த அறைக்குள் நுழைந்து கதவைத் தாளிட்டான். சுவாதி திடுக்கிட்டு அவனைப் பார்த்தாள். வேகமாய்

அவளருகில் சென்று கொத்தாய் அவள் புடவையைப் பிடித்து இழுத்தான். சுவாதி சுதாரித்துக் கொள்வதற்குள் புடவை மூலையில் போய் விழுந்தது. சுவாதி மேல் சட்டையும் பாவாடையுமாய் பயத்தோடு அவனைப் பார்த்தாள். "எல்லாத்தையும் அவுருடி..." உறுமியது மிருகம்.

"வெளிய போங்க முதல்ல என்னாச்சு உங்களுக்கு?"

"உன் புருஷன் சொல்றேன். அவுரு இல்ல கிழிச்சு எறிவேன்."

சுவாதி உதட்டைக் கடித்தபடி அவனை விழித்துப் பார்க்க, மிருகம் மீண்டும் பாய்ந்தது. சுவாதி குழந்தையானாள். அடுத்த மணித்துளிகள் அங்கே நடந்த குரூரம்... சுவாதி தீனமாய் அலறினாள். அவள் மார்பகங்களிலிருந்து ரத்தம் கசிந்தது. சீனிவாசன் டிராகுலாவாய் மாறியிருந்தான். சுவாதி பலங்கொண்ட மட்டும் அவனைத் தள்ளினாள். முடியவில்லை. அவள் உடம்பு முழுக்க அவன் கை நகங்கள் கோடு கிழித்தன. சுவாதி அவமானத்திலும் வேதனையிலும் குன்றிப்போனாள்.

தாம்பத்யம் என்பது கவிதையாய் இருந்தால் நிர்வாணம் கூட கலையாகத்தான் பரிமளிக்கும். ஆனால் இங்கே சீனிவாசன் புருஷன் என்பதே மறந்து கூசிப் போனாள். சுவாதி குமுறி குமுறி அழுதாள். கைக்கு கிடைத்த துணிகளால் தன்னை மறைத்துக் கொள்ளப் பார்த்தாள். சீனிவாசன் சினம் குறைந்து சோர்ந்து போய் அவளை விடுவித்து எழுந்தான். "நாயே... யார்கிட்ட விளையாடற... ஜாக்ரதை... இனி தினம் தினம் உனக்கு இப்படிப்பட்ட பூசைதான் நினைவில் கொள்" என்று உறுமிவிட்டு கதவு திறந்து வெளியேறியது மிருகம்.

சுவாதி அசையக் கூட முடியாமல் முனகினாள்... இருக்கும் பலத்தை திரட்டி எழுந்து காயங்களுக்கு தானே மருந்திட்டுக் கொண்டு உடையணிந்து மயங்கி விழுந்தாள்.

இப்படி பல இரவுகள் கொடூரம் அனுபவித்தாள். கூச்சத்தை விட பயமும் திகிலும் அதிகமாயிற்று. ஆபீஸ் போக உடம்பு

இடம் கொடுக்காத நிலை ஏற்பட சுவாதி பயந்து போனாள். இப்படி சீரழிந்து மடிவதைவிட தப்பித்து போவது உத்தமம் என்று தோன்றியது. தாய் வீட்டிலிருந்து முதன்முதலில் தப்பித்து ஓடிய தருணம் நினைவுக்கு வர பெரிசாய் அழுதாள். தப்பித்துப் போதலே வாழ்க்கையாகிவிட்டதே என்று விம்மினாள்.

சீனிவாசன் எப்போது வெளியே போவான் என்று காத்திருந்தாள். அப்படி அவன் போன சமயத்தில் சட்டென்று தன் துணிமணிகளை பெட்டிக்குள் அடைத்துக்கொண்டு புறப்பட்டு கதவுக்கருகில் வந்து கதவை இழுத்து திறக்க முயன்றாள். முடியவில்லை வெளிப்புறம் பூட்டியிருந்தது. கடவுளே... என்று நடுங்கிப் போனாள்.

இரவு நெருங்க நெருங்க உறைந்து போனாள். கதவைத் தாளிட்டுக் கொண்டாள். சீனிவாசன் தட்டித் தட்டி பார்த்துவிட்டு கெட்ட வார்த்தை திட்டியபடி போனான்.

சுவாதி கொல்லைப் பக்கம் வந்தாள். முட்டாள் கொல்லைக் கதவை மறந்திருந்தான். சுவாதி மெல்ல அதைத் திறந்தாள். மறுநிமிடம் மாடு மாதிரி உள்ளே நுழைந்தான் சீனிவாசன். பெரிதாய் சிரித்தான். சுவாதி அலறினாள்.

“இப்பக் கூட கெட்டுப் போய்டல. ஒழுங்கா வேலையை விட்டுட்டு எனக்கு உதவி செய்யறயா சொல்லு விட்டுடறேன்.” சுவாதி ஒரு வினாடி யோசித்தாள்.

இப்படி கொடுமைக்கு ஆளாவதை விட அவன் வழிக்கே செல்வதுபோல் சென்று அவனிடமிருந்து அவன் எதிர்பார்க்காத சமயத்தில் தப்பிப்பதே புத்திசாலித்தனம் என்று தோன்ற... “சரிங்க... வேலையை விட்டுர்ரேன்...” என்றாள் அழுகையினூடே.

மிருகம் வென்றுவிட்டதாய் நினைத்து கொக்கரித்தது.

“அப்படின்னா மொதல்ல ரிஸிக்னேஷன் எழுதிக் கொடு” என்று பேப்பர் பேனா எடுத்து நீட்டியது.

சுவாதி எழுதிக் கொடுத்தாள். கையெழுத்து போட்டபோது துக்கம் நெஞ்சையடைத்தது.

"உனக்கு நாலு நாள் டைம் தரேன். ஆஹா சோப்பை விட ஒரே ஒரு அம்சம் கூடுதலா இருக்கும்படியா நம்ப புராடக்ட் இருக்கணும். அதுல இல்லாத ஒண்ணு இதுல...! யோசனை செய். ரிப்போர்ட் தயார் செய்...! நா கொஞ்சம் வெளியே போய்ட்டு... சரி வேணாம் நாளைக்கு காலேலயே போறேன்" என்று சொல்லிவிட்டு படுக்கப் போனான். சுவாதி தன் சக்தியெல்லாம் வற்றி விட்டாற்போல உணர்ந்தாள். எப்படி... எப்படி... என்று யோசித்து யோசித்து மூளை வலித்தது..

மறுநாள் காலை சீனிவாசன் வெளியே கிளம்பியதும் குளிக்கப் போனவள் ஏதோ நினைத்தாற்போல் வாசலுக்கு வந்தாள். சீனிவாசன் காரை இன்னும் கம்பெனி வசம் ஒப்படைக்கவில்லை. அதை நினைவு படுத்தலாமா என்று எண்ணியவள் வேண்டாம் என்று தீர்மானித்தாள். சீனிவாசன் காரில் ஏறியமர்ந்து "என்ன" என்றான்.

"ஒ...ஒண்ணுல்ல என்ன சமைக்கட்டும்?"

"நல்லா காரச்சாரமா எதையாவது பண்ணு. மத்யானம் நா வரும்போது சூடா இருக்கணும்." என்றவன் வேலைக்காரியைப் பார்த்து, "நா வர வரை வீட்டுல இரு அம்மாவைப் பார்த்துக்க" என்று சொல்லிவிட்டு சென்றான்.

சுவாதி குளிக்கப் போனாள்.

குளித்துவிட்டு வந்ததும் வேலைக்காரியை இருக்கச் சொல்லிவிட்டு காய் வாங்கி வர தானே கிளம்பினாள்.

"இல்லிங்கம்மா நீங்க இருங்க நா போய்ட்டு வரேன்."

"வேணாம்... நானே போறேன்."

"இல்லம்மா அய்யா கோவிச்சுக்குவார்" வேலைக்காரி சற்றே முரட்டுதனமாய் அவளிடமிருந்து பையை பிடுங்கிக் கொண்டபோது சுவாதி திகைத்தாள். எதுவும் பேசாமல்

ரூபாயைக் கொடுத்துவிட்டு கிச்சனுக்குள் போனாள். குக்கர் வைத்துவிட்டு அவள் வெளியே வந்தபோது திகைத்தாள். வாசற் கதவு வெளிப்புறம் பூட்டப்பட்டிருந்தது. அப்படியானால் வேலைக்காரியும் உடந்தையா? பணத்திற்காக உதவுகிறாளா... அல்லது இவளும் குரூர குணம் கொண்டவளா...? சுவாதிக்குப் புரியவில்லை. டெலிபோன் எடுத்து டயல் செய்யப் போனாள். அது செத்துப் போயிருந்தது அல்லது சாகடிக்கப்பட்டிருந்தது. சுவாதி தொப்பென்று உட்கார்ந்தாள். தலை சுற்றியது அவளுக்கு. ஒரு மணிநேரம் கழித்து வந்தாள் வேலைக்காரி.

“ஏன் கதவு பூட்டுக்கிட்டு போன?”

“தனியா இருந்திங்க யாராவது கதவு தட்டி வம்பு பண்ணுவாங்க. அதான்.”

“இதுவரை பூட்டிக்கிட்டா போன?”

“இல்ல ஆனா அய்யாதான் இப்படி சொன்னார்.”

சுவாதி அவளையே வெறித்துப் பார்த்தாள்.

ஒன்றல்ல... இரண்டல்ல. ஒரு மாதம் இப்படியே சென்றது. சுவாதியால் அவ்வளவு சுலபத்தில் வெளியேற முடியவில்லை.

சீனிவாசன் நினைத்தபடி தம் கம்பெனியை துவங்கிவிட்டான். சுவாதி கொடுத்த ரிப்போர்ட்டை அடிப்படையாக வைத்து புது சோப் தயாரிக்கும் வேலையும் துவங்கிவிட்டது. புது சோப்புக்கு என்ன பெயர் வைப்பது என்று மூளையை கசக்கிக் கொண்டான்.

“சனியனே நல்ல பேர் சொல்லேன். அதுக்கு வெக்கல ஆஹான்னு! இதுக்கு வையேன் எதாவது...”

“அது என்னமோ சட்டுனு தோணின பேர். இதுக்கு எதுவும் தோணலையே என்ன செய்ய” என்றாள் சுவாதி. பிறகு, “வேணும்னா ஒஹோன்னு வெச்சுக்கங்க” என்றாள்.

“கிண்டலா?” என்று முறைத்தான். அப்படி இப்படி என்று யோசித்து ‘நியூ மார்பிள்’ என்று பெயரிட்டான். சோப்புக்கான உறைகளும் இந்த பெயரோடு தயாராயின.

இதற்கு நடுவில் பழைய கம்பெனி, வீட்டையும் காரையும் ஒப்படைக்கச் சொல்லி நோட்டீஸ் கொடுத்து ஆளனுப்பியது. சீனிவாசன் ஒரு வாரம் டைம் கேட்டு கடிதம் எழுதி அந்த ஆளிடம் கொடுத்துவிட்டு வெளியே போனான். அந்த ஆள் போவதுபோல் போய் சீனிவாசன் போன பிறகு திரும்பி வந்து சுவாதியை அழைத்தான்.

"என்ன" என்றாள் சுவாதி.

அவன் அவசரமாக பாக்கெட்டிலிருந்து ஒரு கவர் எடுத்து நீட்டிவிட்டு வெளியேறினான். சுவாதி வியப்போடு அதை வாங்கிக்கொண்டு அறைக்குள் சென்று கதவைத் தாளிட்டுக்கொண்டு உறையைப் பிரித்தாள்.

அத்தியாயம் 17

அந்த கையெழுத்தைப் பார்த்ததும் சுவாதிக்கு கண்ணீர் வந்தது. மானேஜர்தான் கடிதம் எழுதியிருந்தார்.

அன்பார்ந்த சுவாதி,

உன்னிடமிருந்து உன் கணவர் மூலமாக உன் ராஜினாமா கடிதம் வந்தது. எனக்கு எதுவும் புரியவில்லை. இதில் ஏதோ சூது இருக்கும் என்று நினைக்கிறேன். உன்னை நேரில் பார்த்து நீயே சொல்லும் வரை உன் ராஜினாமா ஏற்றுக் கொள்ள வேண்டாம் என்று அப்படியே பத்திரபடுத்தி வைத்திருக்கிறேன். எந்த நடவடிக்கையும் எடுக்கவில்லை. உனக்கு உடல்நிலை சரியில்லை மெடிகல் லீவு என்று மேலிடத்தில் சொல்லி வைத்திருக்கிறேன்.

உனக்கு ஏதாவது பிரச்சனையா? உன்னோடு டெலிபோனில் பேச முயன்றேன். முடியவில்லை. டெலிபோன் டெட் என்றார்கள். எனக்கு கவலையாக இருக்கிறது. எதுவாயிருப்பினும் துணிந்து நில். உனக்கு உதவி தேவைப்பட்டால் எப்படியாவது என்னை தொடர்பு கொள். முடிந்தால் ஒரு லீவு லெட்டரும் எம். சியும் எனக்கு எப்படியாவது அனுப்பி வை. (சீனிவாசனின் பலவந்தத்தில்தான் நீ ராஜினாமா கடிதம் எழுதி இருப்பாய் என்று நினைக்கிறேன்) எப்படியாவது என்னோடு தொடர்பு கொள். ஒரு தகப்பன் ஸ்தானத்தில் நின்று உனக்கு உதவத் தயாராயிருக்கிறேன்."

அன்புடன்...

அடியில் கையெழுத்திட்டிருந்தார். சுவாதி நெஞ்சம் நெகிழ்ந்து போனாள். இப்போது சீனிவாசன் சற்று அசட்டையாக இருக்கிறான். அவளுக்கு போக்கிடமில்லை என்று நினைத்திருக்கிறான். அப்படியே போக்கு காட்டிவிட்டு அவன் ஏமாந்த சமயத்தில் புறப்பட்டுவிட வேண்டும் என்று தீர்மானித்தாள்.

புதிய சோப்பின் விளம்பரம் சம்பந்தமாக வெளியே போயிருந்தான் சீனிவாசன். வேலைக்காரி பின்பக்கம் துணி துவைத்துக் கொண்டிருந்தாள். சுவாதி தன் சூட்கேஸ் எடுத்துக்கொண்டு பூனை மாதிரி வெளியில் வந்து சடுதியில் தெருவில் இறங்கி ஓட்டமும் நடையுமாய் சென்றாள். சந்து சந்தாய் நுழைந்தாள். ஒரு வீட்டிலிருந்த கார் ஒன்று புறப்பட்டு வெளியே செல்ல சுவாதி சட்டென்று அருகில் சென்று அதை நிறுத்தினாள்.

“சார் நா நாலஞ்சு வீடு தள்ளி இருக்கேன். நா அவசரமா போகணும். என் ஹஸ்பெண்ட் கார் எடுத்துக்கிட்டு போய்ட்டார். என்னை கொஞ்சம் மௌண்ட் ரோடுல டிராப் பண்ணிடுங்க. ப்ளீஸ்... எங்க ரிலேடிவ் செத்துட்டாங்க டெலிபோன் வந்தது... ப்ளீஸ்...”

ஒரு நிமிடம் தயங்கினாலும் “ஏறிக்கங்க” என்றார், அந்த நடுத்தர வயதுக்காரர். சுவாதி பின் கதவு திறந்து ஏறினாள். கார் மெயின் ரோடுக்கு வரும்போது சீனிவாசனின் கார் எதிரில் வர சுவாதி அப்படியே குனிந்து கொண்டாள். இரண்டு கார்களும் ஒன்றை ஒன்று கடந்து சென்றன.

சுவாதி சுதந்திரமாய் மூச்சுவிட்டாள். எல்.ஐ.சி அருகில் நன்றி சொல்லிவிட்டு இறங்கிக் கொண்டாள். பப்ளிக் பூத் ஒன்றிலிருந்து மானேஜரின் வீட்டுக்கு தொடர்பு கொண்டாள்.

“சார் நா சுவாதி பேசறேன்” என்றவளுக்கு தொண்டை அடைத்தது.

“எங்கேர்ந்து பேசற சுவாதி...?” சுவாதி சொன்னாள்.

“அங்கேர்ந்து ஒரு ஆட்டோ பிடிச்சுக்கோ சுவாதி. நேரா கோடம்பாக்கம் பஸ் ஸ்டாண்டுக்கு வந்துடு. நா அங்கவந்து உன்னை என் வீட்டுக்கு கூட்டிண்டு போறேன். பணம் இருக்கா கைல...”

“இருக்கு சார் சமாளிச்சுப்பேன்.”

“அப்போ உடனே ஆட்டோ பிடி.”

சுவாதி ரிஸிவரை வைத்துவிட்டு போனுக்கு பணம் கொடுத்துவிட்டு ஆட்டோ கிடைக்கிறதா என்று பார்த்தாள். மேலே எத்தனை தருவாய் என்று பேரம் பேசினான் ஆட்டோக்காரன். சுவாதி எரிச்சலோடு ஏறி அமர்ந்தாள்.

பஸ் ஸ்டாண்டில் மானேஜரைப் பார்த்தபோது தெய்வத்தைப் பார்ப்பது போலிருந்தது. உடைந்துபோய் அழுதவளை சமாதானப்படுத்தி தன் காரில் ஏற்றிக் கொண்டார். கார் வளசரவாக்கம் நோக்கிச் சென்றது.

சுவாதி வழியிலேயே தனக்கு நடந்த கொடுமைகளை ஒளிக்காமல் ஒன்றுவிடாமல் கூறியழுதாள். மானேஜர் திகைத்தார். இப்படியும் ஒரு மனித மிருகம் இருக்க முடியுமா என்று வியந்தார். சுவாதியின் கேசத்தை இரக்கத்தோடு தடவிக் கொடுத்து சமாதானப்படுத்தினார்.

மானேஜரின் மனைவி வாசலிலேயே நின்றிருந்தாள்.

“இவதான் சுவாதி, அம்பிகா. இனிமே இவதான் நம்ம மூத்த பெண். வாழ்க்கைல எல்லா கஷ்டமும் பட்டுட்டா. இனிமே இவ கண்ல தண்ணீ வந்தா பூமில பிரளயம் வந்துடும். உள்ள கூட்டிண்டு போ” என்றார். மானேஜரின் மனைவி அவளை அணைத்தாற்போல் உள்ளே கூட்டிச் சென்றாள்.

அன்றைக்கு மானேஜர் அவளுக்காகவே ஆபீசுக்குப் போகவில்லை. கூடத்தில் அமர்ந்து யோசனை நடத்தினார்கள்.

“உன்னுடைய முடிவு என்ன சுவாதி,”

“இதுல யோசிக்க என்ன சார் இருக்கு. டைவர்ஸ்தான். எனக்கு இப்போ தேவை ஒரு நல்ல வக்கீல்.”

“இது தீர்மானமான முடிவுதானே...?”

“நிச்சயமா! இனி அவனோட வாழும் உத்தேசம் இல்லை.”

“அவன் மனம் மாறி வந்தா கூட?”

“மாறாது சார். இரும்பு உருகும், குளிர்ந்து மீண்டும் இறுகி இரும்பாகும். ஆக இரும்பின் தன்மை மாறவே மாறாது. அதுலயும் இது துருப்பிடிச்ச இருப்பு. இது குத்தி குத்தி ஏற்கனவே செப்டிக் ஆய்ட்டேன். இந்த வரை பிழைச்சதே புனர் ஜென்மம்தான்.”

மானேஜர் காலம் தாழ்த்தாமல் வக்கீலைக் கலந்தாலோசித்து டைவர்ஸ் நோட்டிஸ் தயாரித்தார். சுவாதி கையெழுத்திட்டு கொடுக்க, அதை வக்கீலே சுமந்துகொண்டு சீனிவாசனைத் தேடிச் சென்றார்.

சீனிவாசன் பல்லைக் கடித்தான். நோட்டீஸை விசிறி எறிந்தான். எதுக்காக டைவர்ஸ் கொடுக்கணும் முடியாது என்றான். தகறாறு செய்தான். சட்டம் கோர்ட்டுக்கு வா என்று அழைத்தது.

சீனிவாசன் திடமாய் குற்றங்களை மறுத்தான். தான் மனைவியிடம் அன்பாய் நடப்பவன் என்றான்.

அவனுடைய வக்கீல் சுவாதியைக் குடைந்து குடைந்து கேட்கக் கூடாத கேள்விகள் எல்லாம் கேட்டார். சீனிவாசன் மொட்டைக் கடுதாசியைக் காட்டினான். கோல்டன் பீச் விவகாரத்தையும் சந்தி சிரிக்க வைத்தான். அதற்கு சாட்சி மகேஷ். இவள் ஏற்கனவே கெட்டுச் சீரழிந்தவள் என்று தெரிந்தே பரந்த மனதோடு திருமணம் செய்து கொண்டேன். அப்படிப்பட்ட நான் எதற்கு விவாகரத்திற்கு சம்மதிக்க வேண்டும் என்று கேட்டான்.

சுவாதி ஒரு தீர்மானத்திற்கு வந்தாள். எதைச் சொல்ல வேண்டாம் என்று நினைத்தாளோ அதை சொல்லத் தீர்மானித்தாள்.

“இவருடைய குற்றச்சாட்டுக்கு உங்கள் பதில் என்ன சுவாதி?”

சுவாதி தனக்காகத் தானே வாதாட முடிவு செய்து அனுமதி கேட்டாள்.

“நான் கெட்டுப் போனவளாகவே இருக்கட்டும். இவர் என்னை பரந்த மனதோடு ஏற்றுக் கொண்டதாகவே இருக்கட்டும். நான் இப்போது கூட இவரோடு வாழத் தயார்தான். என்னுடைய ஒரு வேண்டுகோளுக்கு இவர் இணங்கும் பட்சத்தில்...”

“அது என்ன வேண்டுகோள்.”

சுவாதி சீனிவாசனை உறுத்துப் பார்த்தாள். அவன் நெற்றியில் துளிர்த்த வியர்வையைத் துடைத்துக் கொண்டான்.

“அந்த வேண்டுகோள் என்ன என்பது அவருக்கும் தெரியும் யுவர் ஆனர். அதைச் சொல்வதற்கு முன்னால் நான் ஒரு வாரகால அவகாசம் கொடுக்க விரும்புகிறேன். அவரே ஒரு தீர்மானத்திற்கு வரட்டும். தயவுசெய்து ஒரு வாரகாலம் இந்த வழக்கு தள்ளி வைக்கப்பட வேண்டும் என்று விரும்புகிறேன்.”

வழக்கு ஒரு வாரத்திற்கு ஒத்தி வைக்கப்பட்டது.

சீனிவாசன் அவளை ஆங்காரத்தோடு முறைத்துப் பார்த்துவிட்டுச் சென்றான்.

“என்னம்மா சுவாதி அவன் ஏதேதோ... சொல்றானே அதெல்லாம்...”

“சார்... என் மேல உங்களுக்கு நம்பிக்கையிருக்கா. நா தப்பு பண்ணியிருப்பேன்னு உங்களுக்கு தோன்றதா?”

“இல்லம்மா... ஆனா...”

“நானும் ராஜாமணியும் உத்தமமான நண்பர்கள் சார்... ஒரு பெண் தோழியா இருக்க முடியும்னா ஒரு ஆண் தோழனா ஏன் இருக்கக் கூடாது? ஒரு அசந்தர்ப்பமான சூழல்ல நாங்க சேர்ந்து தங்கினது நிஜம்தான். ஆனா ராஜாமணி தெய்வம் சார். கை கட்டி சலனமில்லாம தூங்கின தெய்வம். தெய்வம் கூட

ரிஷிபத்தினியான அனுசுயாவை விரும்பித்து. ஆனா ராஜாமணி அதைவிட ஒரு படி மேல நின்னவன்.

ஒரு ஆணும் பெண்ணும் தனிச்சு இருந்தா தப்புதான் நடக்கும்னு நினைக்கற சராசரி ஆளா நீங்க இருக்க மாட்டீங்கன்னு நினைக்கறேன். அப்டி நினைச்சா சொல்லுங்க. உங்களுக்கு அவமானத்தை நா தர விரும்பலை. நா இப்பவே போயிடறேன்."

"இல்ல சுவாதி... நா அப்டி நினைக்கலை. உன்னை பரிபூரணமாக நம்பறேன்" என்று குறுக்கிட்டார் மானேஜர்.

"நன்றி சார். வாழ்க்கையில என்னை நம்பிய ஒரே ஆள் நீங்கதான்." சுவாதி கண் கலங்கினாள்.

ஒரு வாரத்திற்கு பிறகு மீண்டும் வழக்கு நீதிமன்றத்திற்கு வந்தது.

"உங்கள் மனைவியின் வேண்டுகோள் என்ன என்பது உங்களுக்குத் தெரியுமா சீனிவாசன்? அதற்கு உங்கள் பதில் என்ன?"

"என் மனைவியின் வேண்டுகோள் நிறைவேற்றப்படும்" என்றான் சீனிவாசன். சுவாதி அதிர்ந்தாள்.

"முடியாது யுவர் ஆனர். அவரால் நிறைவேற்ற முடியாது."

நீதிபதி குழப்பத்தோடு பார்த்தார். "முதலில் உங்கள் வேண்டுகோளைக் கூறுங்கள்" என்றார்.

"எனக்குத் தேவை ஒரு குழந்தை யுவர் ஆனர்."

நீதிபதி சிரித்தார். "அதற்குதான் உங்கள் கணவன் சம்மதித்துவிட்டாரே."

"அதுதான் அவரால் முடியாது என்கிறேன்."

"ஏன்...?"

"பிகாஸ் ஹி இஸ் ஆன் இம்பொடண்ட், அவர் ஆண்மையில்லாதவர்."

நீதிமன்றம் திகைத்தது.

"இது உண்மையா சீனிவாசன்?"

"பொய்...!" என்றான் சீனிவாசன்.

"அப்படியானால் அதை நீங்கள் நிரூபிக்க வேண்டும். ஒரு மருத்துவர் மூலம் நிரூபிக்க வேண்டும். உங்கள் மனைவி கூறியது நிஜம் என்றால் நீங்கள் தோற்றவராவீர்கள். மருத்துவ அறிக்கை வரும் வரை வழக்கு தள்ளி வைக்கப்படுகிறது" என்றார் நீதிபதி.

அத்தியாயம் 

எந்த தைரியத்தில் சீனிவாசன் அதற்கு ஒப்புக் கொண்டான் என்று வியந்தாள் சுவாதி. அவள் நினைத்தாள் ஒரே வாரத்தில் அவன் இயலாமை மருத்துவர் மூலம் வெட்ட வெளிச்சமாகிவிடும் என்று. ஆனால் சீனிவாசன் மருத்துவப் பரிசோதனைக்குச் செல்ல நேரமில்லாததுபோல் நாள் கடத்தினான். நாளல்ல மாதங்கள் வருடங்கள் சரியாய் இரண்டு வருடம் இழுபறியாய்ப் போனது.

சுவாதி சோர்ந்து போனாள். அவள் சம்பாதித்த பணம் வழக்குச் செலவுக்கே போய்விடும் போலிருந்தது. இந்த இரண்டு வருடத்தில் பலமுறை மானேஜரின் மனைவி முகத்தைக் காட்டிவிட்டாள். மானேஜருக்கு சுவாதி சொல்லவில்லை. அவர் மனம் இன்னும் அப்படியேதான் அன்போடு இருந்தது. இருந்தாலும் சுவாதி அங்கிருந்து புறப்பட்டு விடுவது நல்லது என்று நினைத்தாள். மானேஜரின் மனம் சங்கடப்படாமல் எப்படி பிரிந்து செல்வது என்று யோசித்தாள்.

தெய்வம் அவளுக்கு வழி காட்டியது. பெங்களூர் கிளையினை நிர்வகிக்க பொறுப்பான ஒருவர் தேவை என்ற நிலையில் சுவாதிதான் அந்த பொறுப்பை ஏற்க முன் வருவதாகக் கூறினாள். மானேஜர் திகைத்தார்.

“என்னாச்சு சுவாதி...”

“இல்ல சார் கொஞ்ச நாள் எனக்கும் ஒரு மாறுதல் வேணும்னு தோண்றது” என்று அவரை சம்மதிக்க வைத்தாள். ஆர்டர் டைப்பாகி கையெழுத்துக்குச் சென்றது.

அதற்கு அடுத்த வாரம் பெங்களூருக்குப் புறப்பட்டாள். கம்பெனி கொடுத்திருந்த வீட்டில் தங்கினாள். யாரைப் பற்றியும் நினைக்கவில்லை. எதைப்பற்றியும் யோசிக்கவில்லை. பெங்களூர் கிளையின் முன்னேற்றம் ஒன்றே குறிக்கோள் என்பதுபோல் செயல்பட்டாள். நடு நடுவே வழக்குக்காக சென்னை வந்து போவாள். வழக்கு இழுத்துக்கொண்டு போனது அயர்ச்சியாய் இருந்தது. என்று சுதந்திரம் கிடைக்குமோ என்றிருந்தது. வேண்டுமென்றே சீனிவாசனின் வக்கீல் வழக்கை இழுத்தடிப்பதாகத் தோன்றியது.

நாட்கள் நிம்மதியில்லாமல் சென்றன. சுவாதி தன் வக்கீலிடம் எப்படியாவது இதை ஒரு முடிவுக்கு கொண்டு வாருங்கள் என்று கெஞ்சினாள். வக்கீல் சீனிவாசனுக்கு ஒரு நோட்டீஸ் அனுப்பினார். இன்னும் பதினைந்து தினங்களுக்குள் தங்களது மருத்துவ அறிக்கை கிடைக்கப்பெறவில்லையெனில் எனது கட்சிக்காரர் சொன்னதே மெய் என தீர்மானித்து மீண்டும் வழக்காடி என் கட்சிக்காரருக்கு தங்களிடமிருந்து விடுதலைப் பெற்றுத் தருவது சுலபம் என்பதை தங்களுக்கு உணர்த்த விரும்புகிறேன் என்றிருந்தது அதில்.

அதற்கும் சீனிவாசனிடமிருந்து பதில் இல்லை. முகவரிதாரர் இல்லை என்று நோட்டீஸ் திரும்பி வந்தது. சுவாதி சோர்வோடு பெங்களூருக்கு புறப்பட்டாள். விடியற்காலை பிருந்தாவனில் ஏறியமர்ந்தவளுக்கு உலகமே வெறுத்தது. ஒரு கயவனை சட்டம் ஏதும் செய்யாமல் விட்டு வைத்திருப்பதாக நினைத்து எரிச்சல் பட்டாள்.

ஜன்னல் ஓரமாக இருந்தது அவளுடைய இருக்கை. ஜன்னல் வெளியே விரக்தியோடு வெறித்துப் பார்த்துக் கொண்டிருந்தாள். கண்கள் எதையும் நோக்காமல் சூன்யத்தில் ஆழ்ந்திருந்தது. அவள் சோகம் உலகத்தை பாதிக்கவில்லை. சுற்றிலும் மக்கள் உற்சாகமாக இயங்கிக் கொண்டிருந்தார்கள். சுவாதிக்கு எதிர் சீட்டில் வண்டி புறப்படும் தருவாயில் வந்து உட்கார்ந்தது ஒரு உருவம். சுவாதியைப் பார்த்து விழி விரித்து வியப்பை வெளிப்படுத்தியது. சுவாதி இன்னும் சூன்யத்திலேயே இருந்தாள்.

“சுவாதி...!” மெல்ல அழைத்தது.

சுவாதி திடுக்கிட்டாற்போல் மீண்டாள். எதிரில் அழைத்த உருவத்தைப் பார்த்தாள்.

“ராஜு...?” அவளால் நம்ப முடியாமல் அவனையே வியப்போடு பார்த்தாள்.

“நீங்களா...? இது கனவா நிஜமா?”

“நிஜமேதான் சுவாதி!” ராஜாமணி பளிச்சென்று சிரித்தான். தோற்றத்தில் கம்பீரம் கூடியிருந்தது. உடம்பு பூசி, தோள்கள் பருத்து மாணவனல்ல இந்த ராஜு என்றது அவன் உருவம்.

“எப்படியிருக்கீங்க... ராஜு மறுபடியும் உங்களை சந்திப்பேன்னு நினைக்கவேயில்லை.”

“நான் நினைச்சேன் சுவாதி. நிச்சயமா ஒருநாள் சந்திப்போம்னு நம்பினேன். சந்திச்சு உன்கிட்ட ஒரு கேள்வி கேக்கணும்னு தினமும் நினைப்பேன். சொல்லப்போனா அன்னிக்கு நீ போனதுக்குப் பிறகு இன்னி வரைக்கும் உன்னை ஒரு நிமிஷம் கூட நா மறக்கல சுவாதி.”

சுவாதி உதட்டைக் கடித்துக் கொண்டாள். ரயில் வேகம் எடுத்து பறந்து கொண்டிருந்தது. காற்று சிலீரென்று முகத்தைத் தாக்கியது. மரங்களும், தந்திக் கம்பங்களும், சடுதியில் ஓடி மறைந்தன.

ராஜாமணி அவளையே பார்த்தான்.

“ஏன் சுவாதி டக்குனு அப்படி போய்ட்ட? என்கிட்ட கூட சொல்லிக்காம?”

“சொல்லியிருந்தா வேணாம்னு தடுத்திருப்பீங்க.”

“அப்படி என்ன போக வேண்டிய அவசியம் வந்தது உனக்கு?”

“மகேஷ் கூட்டம் நம்பளை நிம்மதியா இருக்க விடமாட்டாங்கன்னு நினைச்சேன். ஒரு தவறும் செய்யாத நீங்க பாதிக்கப்படக் கூடாதுன்னு நினைச்சேன்.”

“இல்ல சுவாதி. அதுக்கப்பறம்தான் நிறைய பாதிக்கப்பட்டேன். நான்தான் உன்னை விரட்டிட்டேன்னு பேசினாங்க. சில பேர் உன்னைப் பத்தியும் கேவலமா பேசினாங்க. மொத்தத்துல எது நடக்கக் கூடாதுன்னு நீ போனயோ அது நடந்தது. காலேஜ் முழுக்க நாம ரூம் எடுத்து தங்கின விஷயம் தலைப்பு செய்தியா இருந்தது. கூட்டம் கூட்டமா இதைப் பத்தி ஆராய்ச்சியே செய்தாங்க. நீ போய்ட்ட. ஆனா நா அத்தனையும் சந்திச்சேன். நீ ஓடி வந்திருக்கக் கூடாது சுவாதி. நாம அங்கயே இருந்து நம்பளை நிரூபிச்சிருக்கணும்.”

“முடிஞ்சிருக்காது ராஜு. நம்ப ஜனங்களோட புத்தியோ பார்வையோ இன்னும் நாலு யுகமானாலும் விஸ்தாரமாகாது. ஒண்ணும் ஒண்ணும் ரெண்டுன்னு கூட்டிதான் சொல்லுவாங்க. ஒன் ப்ளஸ் ஒன்னை ரெண்டுன்னு கூட்டிச் சொல்லாமல் விடையும் ஒன்+ஒன்தான், இன்னும் சேரலைன்னு ஏத்துக்கற விஸ்தாரம் அவங்களுக்கு கிடையாது. ஏன்னா உலக நியதிப்படி ஆணும், பெண்ணும் மனசால, உடம்பால ஈர்க்கப்படுகிறவர்கள். அங்கே சேர்க்கை நடந்தேயாகணும். இதில்லாம ஆண் பெண் உறவில்லைன்னு நம்பற ஜனங்கள் இருக்கற வரைக்கும் நம்மைப்போல நட்பா பழகறதுகூட விஷப்பரிட்சைதான் ராஜு.”

“உலகத்தை விடு சுவாதி! எத்தனை நாளைக்கு அது பேசும்... அல்லது எத்தனை வருஷம் பேசும்? பேசட்டுமே! அதுக்கு புதுசு புதுசா பேச விஷயம் கிடைச்சா பழசை விட்டுடும். எனக்கு மட்டும் தெரிஞ்சிருந்தா, அல்லது நீ போறதைப் பார்த்திருந்தா உன்னை நிச்சயம் தடுத்திருப்பேன்.”

“அதெல்லாம் விடுங்க ராஜு. முடிஞ்சு போன கதை! இனிமே மாற்றி எழுத முடியாது. நீங்க எப்படியிருக்கீங்க? இப்போ என்ன செய்யறீங்கன்னு சொல்லுங்க.”

“ம்... எனக்கென்ன? அத்தனை கைகளும் நீட்டி நீட்டிப் பேசினாலும் தொடர்ந்து படிச்சு முடிச்சேன். இப்போ பம்பாய்ல ஒரு பெரிய நிறுவனத்துல எக்ஸிகியூடிவ் ஆபீஸரா இருக்கேன்.

வேலை விஷயமாதான் பெங்களூர் பிரான்ச்சுக்கும், மெட்ராஸ் பிரான்ச்சுக்கும் வந்தேன். மெட்ராஸ் முடிச்சாச்சு. இப்போ பெங்களூர்."

"கல்யாணம்...?"

"ம்... பண்ணிட்டேன். மாலதின்னு ஒரு அழகியை. ரெண்டு பொண்ணு இருக்கு."

"இஸ்... இட்...! பம்பாய்லதான் இருக்காங்களா?"

"ஆமா... பம்பாய் வரும்போது அவசியம் நீ வீட்டுக்கு வரணும் சுவாதி. என் அட்ரஸ் தரேன். பை தி பை என்னைப் பற்றிக் கேட்ட... உன்னைப் பத்தி சொல்லமாட்டாயா? நீ கல்யாணம் பண்ணிண்டாயா? காதல் கல்யாணமா? இல்ல அரேன்ஜ்டு மாரேஜா? அண்ட் வாட் இஸ் ஹி?"

சுவாதி சட்டென்று முகம் மாறி ஜன்னலுக்கு வெளியில் பார்த்தாள்.

அத்தியாயம் 19

ராஜாமணி அவளுக்கும் சேர்த்து உணவு வாங்கி வந்தான்.

"வேணாம் ராஜு எனக்கு பசியில்ல."

"வாய்தான் பசியில்லன்னு சொல்றது. முகம் சொல்லலை. சாப்டு சுவாதி." என்றவன் மடி மீது டவல் விரித்து சாப்பிட ஆரம்பித்தான். அதற்கு மேல் மறுக்காமல் சுவாதியும் சாப்பிட்டாள். சாப்பிடும்போது கல்லூரி நண்பர்களைப் பற்றி விசாரித்தாள்.

"யாரையாவது பார்க்கறதுண்டா."

"ஒண்ணு ரெண்டு பேரை பார்த்தேன். பட் இப்போ ரெண்டு மூணு வருஷமா யாரையும் பார்க்கலை." என்றான் ராஜாமணி.

"நீ யாரையாவது பார்த்தாயா?"

"ம்... பார்த்தேன்."

"யாரை?"

"மகேஷை..."

"எப்போ...?"

"என் மாரேஜ்ல..."

ராஜாமணி நிமிர்ந்து அவளைப் பார்த்தான். "ஏதாவது பிரச்சனை பண்ணிட்டானா சுவாதி?"

"ப்ஸு...! பிரச்சனை அவனால மட்டும் இல்ல ராஜூ"

"பின்னே...?"

"நிறைய இருக்கு ராஜு... இப்டி ஓடற வண்டியில சொல்லக் கூடிய விஷயமில்லை."

ராஜாமணி கவலையோடு அவளைப் பார்த்தான்.

"நீ சந்தோஷமா இல்லையா சுவாதி?"

சுவாதி பெருமூச்சுவிட்டாள்.

"சந்தோஷம்னா என்ன ராஜு?" என்று கேட்டவள் கண்கள் பளபளத்தது.

"ப்ளீஸ் சுவாதி... ரிலாக்ஸ்.."

சுவாதி கண்கள் சுழற்றி கண்ணீரை வழிய விடாமல் தடுத்தாள்.

"பெங்களூர்ல எங்க இருக்க சுவாதி?"

"ஜெய நகர்ல."

"எனக்கு கெஸ்ட் ஹவுஸ் கிடைக்கும். ஆனாலும் உன் வீட்டுக்கு வரப் போறேன். சுவாதி எனி அப்ஜக்ஷன்ஸ்...?"

சுவாதி சிரித்தாள்.

"உங்களுக்கு அப்ஜக்ஷனா...? நானே உங்களைக் கூப்பிடறதாதான் இருந்தேன்."

"தேங்க் யூ சுவாதி?"

"எதுக்கு?"

"இன்னும் என் மேலே நம்பிக்கை வெச்சிருக்கயே அதுக்கு."

"நீங்க சாதாரண மனிதரா இருந்தாதானே சந்தேகம் வரும்?"

"அப்டின்னா?"

சுவாதி சிரித்தாள்.

"என்னாச்சு...? பிரேம் போட்டு மாட்டியாச்சாக்கும்?"

அவன் இப்படிக் கேட்டதும் வெகு நாட்களுக்குப் பிறகு மனம்விட்டு சிரித்தாள்.

அதற்குப் பிறகு தங்களைப் பற்றி பேசுவதை தவிர்த்துவிட்டு, உத்யோகம் பற்றி, உலக விஷயம் பற்றி, இந்திய அரசியல் பற்றி, விஞ்ஞான முன்னேற்றங்கள் பற்றி, எத்தனை முன்னேறியும்

இன்னும் முன்னேறாத தமிழ் சினிமா கதைகள் பற்றி, வார்த்தை புரியாத பாடல்கள் பற்றி, டிசம்பர் சீஸனில் கேட்ட கச்சேரிகளில் யார் நன்றாய் பாடினார்கள் என்பது பற்றி... நிறைய... பேசினார்கள்.

சுவாதி லேசானதுபோல் உணர்ந்தாள். “இத்தனை நாள் உங்களை மிஸ் பண்ணிட்டேன் ராஜு. ஊர் வாய்க்கு பயந்து ஒரு நல்ல நட்பை தள்ளி வெச்சுட்டேன்...” என்றாள் அடி மனசிலிருந்து நெகிழ்ச்சியோடு.

“இனிமேலாவது தொடருமா?”

“நிச்சயம் தொடரும் ராஜு... இப்போ நிலையில உங்க நட்புதான் எனக்கு டானிக் மாதிரி.”

“எப்டி? லெட்டர் மூலமா தொடருமா?”

“ம்... லெட்டர்ல... டெலிபோன்ல... எல்லாத்துலயும்.”

“ரொம்ப சந்தோஷம். பட் ஒன் திங் சுவாதி. பேச்சுக்கள் என்பது எப்பவும் இருக்கும். இனிமே பேச்சே இருக்காதுன்னு நினைச்சுக்காத. நம்ம நிழல் பெரிய நிழல்ல மறைஞ்சு மீண்டும் வெயில் பட்டதும் கீழ விழ ஆரம்பிக்ற மாதிரிதான் ஊர் வாயும். இது தொடர்ந்தா அதுவும் தொடரும். அதைக் கண்டு நீ அசரக்கூடாது, திடமா இருக்கணும் சரியா?”

“இல்ல மாட்டேன் ராஜு. இப்போ நா ரொம்பவே ஸ்ட்ராங்காய்ட்டேன். ஏன்னா அந்த அளவுக்கு அனுபவிச்சுட்டேன். எந்த கஷ்டமும் பாக்கியில்ல.”

ராஜாமணி இரக்கத்தோடு அவளைப் பார்த்தான்.

பேசியதில் மணித்துளிகள் வினாடிகளாகச் சென்றது. ரயில் பெங்களூர் ஸ்டேஷனில் நுழைந்தது. ஜில்லென்ற சீதோஷ்ண நிலை உடம்பை இதமாய் தாக்கியது.

ஆட்டோ பிடித்து ஜெயநகர் வந்தார்கள்.

ஆளில்லாத வீட்டில் தூசு படிந்திருந்தது. சுவாதி பெருக்கி துடைத்துவிட்டு குளிக்கப் போனாள்.

ராஜாமணி நேர்த்தியாய் வைத்திருந்த வீட்டை ரசித்துப் பார்த்தான்.

கண்ணுக்கு இதமான டிஸ்டம்பர் பூச்சு. ஹாலில் ஒரே ஒரு குண்டு குழந்தையின் பிரேம் செய்யப்பட்ட காலண்டர் மட்டுமே அலங்கரித்தது. மெத்தென்ற சோபாக்கள் டீபாயில் அடுக்கியிருந்த மாகஸின்கள், நியூஸ் பேப்பர், ஓரமாய் இருந்த டேபிளில் ஸ்பீக்கருடன் கூடிய டபுள் காஸெட் டூ இன் ஒன், அருகே வளைவான ஸ்டாண்டுகளில் அடுக்கியிருந்த ஆடியோ காஸெட்டுகள்.

ராஜாமணி காஸெட்டுகளை வரிசையாக பார்த்தான். அருகிலேயே காஸெட்டுகளின் விவரங்களை நம்பர் வாரியாக எழுதி வைத்திருந்த காட்லாக். அதைப் பார்த்து எந்த பாடல் வேண்டுமானாலும் தேர்ந்து எடுத்து போட்டுக்கொள்ளலாம். ராஜாமணி வரிசையில் பார்த்து ஒரு காஸெட் உருவி ரெக்கார்டரில் பொருத்தி பட்டனைத் தட்டினான்... டி.என்.கிருஷ்ணனின் வயலின். இசை இனிமையாய் பரவியது. ராஜாமணி சோபாவில் அமர்ந்து கண் மூடி ரசித்தான்.

சுவாதி குளித்துவிட்டு இருந்த காய்களை கொண்டு சமைத்தாள். வெங்காயத்தை நறுக்கி வதக்கி மணக்க மணக்க வற்றல் குழம்பும், இடித்து போட்டு கத்திரிக்காய் எண்ணைக்கறியும் செய்தாள். கூடவே வடகமும், அப்பளமும் பொரித்து வைத்தாள். டைனிங் டேபிளில் அனைத்தையும் கொண்டு வைத்தாள். தட்டுகளை வைத்து ப்ரிஜ்ஜிலிருந்து தண்ணீரும், வடுமாங்காயும் எடுத்து வைத்தாள்.

“சாப்ட வாங்க ராஜு...” ராஜு கண் விழித்தான். “என்ன ஒரு வாசிப்பு இல்ல? ஹிந்தோளத்துல கண் கலங்க வைக்கறார். அவ்வளவு குழைவு! நீ குளிச்சுட்டாயா? நானும் குளிச்சுட்டு வந்துடறேனே.”

“ஓ... பாத்ரூம்ல வெந்நீர் ரெடியா இருக்கு.”

ராஜாமணி குளிக்கச் சென்றான். பயண களைப்புக்கு வெந்நீர் குளியல் இதமாயிருந்தது.

குளித்து லுங்கியும் ஜிப்பாவும் அணிந்து, தலை சீவி, சாப்பிட வந்தான்.

சுவாதி அவனுக்கு பரிமாறிவிட்டு தானும் சாப்பிட அமர்ந்தாள். பேசிக்கொண்டே சாப்பிட்டார்கள். ராஜாமணி ரசித்து சுவைத்து, சமையலைப் புகழ்ந்து கொண்டே சாப்பிட்டான். "மாலதி சமையல் வாய்ல வெக்க முடியாது சுவாதி" என்றான்.

"அப்படியுமா உடம்பு இப்டியிருக்கு? அப்போ நல்லா பண்ணிப் போட்டா" சுவாதி கேலி செய்தாள்.

"ஆங்... இது அவ சாப்பாட்டுல வளர்ந்த உடம்பில்ல. ஊர் ஊரா போய் சாப்ட்டு வளர்ந்தது."

"அது சரி மாலதியைப் பற்றி ஒண்ணுமே சொல்லலையே."

"சொல்லும்படியான பர்ஸனாலிட்டி இல்ல அவ. ஒரு சராசரி பொண்ணு. அழகா இருப்பா. மற்றபடி சராசரி புத்தி. பணக்காரி. செல்லமா வளர்ந்துட்டதால எந்த வேலையும் தெரியாது. வேலைக்கும் போகலை. எந்த எக்ஸ்ட்ரா திறமைகளும் கிடையாது. எங்களை அனுப்பிட்டு நாள் பூரா வீடியோல படம் பார்க்கறதே சுகம்னு நினைக்கறவ. எப்டிதான் பார்க்க முடியறதோ? என்னால ஒருமணி நேரம் கூட டிவி பார்க்க உட்கார முடியலை.

நா மியூசிக் கேக்கணும்னு ஆசைப்பட்டா அதை அணைச்சுட்டு டெக்ல படம் போட்டு பார்ப்பா. அவ்ளோ அண்டர்ஸ்டாண்டிங். நாள் பூரா இப்டி தின்னுட்டு உட்கார்ந்து உட்கார்ந்து உடம்பு பெருத்து போச்சு. முகம் மட்டும் அழகா இருக்கோ, பார்க்க முடியறதோ வேற ஒண்ணும் சொல்றதுக்கு இல்ல. பொண்ணுங்க ரெண்டும் படு ஸ்மார்ட்டா இருக்கும். அம்மாவை மாதிரி அழகாவும் என்னை மாதிரி அறிவோடயும் இருக்கறதா எல்லாரும் சொல்லுவாங்க."

"ரொம்பத்தான் வாராதிங்க ராஜு."

“அது சரி சுவாதி! உன்னைப் பற்றி நீ இன்னும் சொல்ல ஆரம்பிக்கலை.”

“சொல்றேன். சாப்டும்போது அந்த கதை எதுக்கு. மூட் அவுட் ஆய்டும். மொதல்ல சாப்டுங்க. கொஞ்சம் கூட குழம்பு?”

“வேணாம் மோர்.” சுவாதி தயிர் பாத்திரத்தையும் மாவடு பாட்டிலையும் அவன் அருகே நகர்த்த, அவனே போட்டு சாப்பிட்டான்.

“சூப்பர் சுவாதி. வடு நீயே போட்டதா?”

“இல்ல. மெட்ராஸ்ல எங்க மானேஜர் சார் வீட்லேர்ந்து கொடுத்தாங்க.”

“அப்பா...! மூக்கு முட்ட சாப்பிட்டாச்சு” என்றபடி எழுந்தான். கை கழுவிக் கொண்டு வந்தான். சுவாதி டேபிளை சுத்தம் செய்து பாத்திரங்களை ஒழித்து ஸிங்க்கில் போட்டாள். வாழைப்பழம் மட்டும் கொண்டு வந்து அவனிடம் கொடுத்துவிட்டு எதிரில் உட்கார்ந்து கொண்டாள்.

கல்லூரியிலிருந்து வெளி வந்த நிமிஷம் முதல் நடந்தவைகளை விலாவாரியாக சொல்ல ஆரம்பித்தாள்.

அத்தியாயம் 20

ராஜாமணி பல்லைக் கடித்தான். "ராஸ்கல்... என்ன ஒரு மிருகம்.... இவனை எப்டி சும்மாவிட்ட சுவாதி? புடிச்சு உள்ள தள்ளியிருக்க வேண்டாம்?"

"ப்ஸூ... வாட்ஸ் த யூஸ்...? இது மோசமான உலகம் ராஜூ... பெண்ணை வெறும் சரீரமா மட்டுமே பார்க்கற மோசமான உலகம்! உன்னை மாதிரி ஒண்ணு ரெண்டு பேர் உத்தமர்களா இருக்கறதாலதான் கொஞ்சம் மழையாவது பெய்யறது."

"ஏன் உலகம் இப்டி மோசமா போச்சு சுவாதி இதுக்கு யார் காரணம்?"

"நாமதான் காரணம் ராஜூ, நாமதானே உலகம்?"

"இனிமே உன்னோட இந்த கஷ்டத்துல நானும் பங்கெடுத்துப்பேன் சுவாதி. பங்கெடுத்துக்கறதுன்னா உனக்கு ஆறுதலா இருக்கிறது."

"அதான் எனக்கும் வேணும் ராஜூ."

"ஓ.கே சுவாதி. மணி ஆறுதானே ஆகுது. எத்தனை நாழி பேசிண்டே இருக்கறது. போரடிக்கறதே."

"ஏதாவது பிக்சர் போகலாமா? சினிமா பார்த்து எத்தனையோ வருஷமாச்சு."

"போலாமே. நல்ல படம் என்ன ஓடறது?"

"தெரியலை. பேப்பர்தான் பாக்கணும்."

ராஜாமணி பேப்பர் பிரித்து பார்த்தான். எல்லாம் கன்னட ஹிந்திப் படங்களாயிருந்தது. ஒரே ஒரு தமிழ்ப் படம் இருந்தது.

“போகலாமா” என்றான்.

“ம்...”

“சரி கிளம்பு...”

சுவாதி புடவை மாற்றி வந்தாள். ராஜாமணியும் பாண்ட் ஷர்ட்டுக்கு மாறியிருந்தான். ஆட்டோ பிடித்து தியேட்டருக்குச் சென்றார்கள்.

படம் முழுக்க கொலை, கொலை... கொலை.

“ச்சட்... என்ன படம் எடுக்கறாங்கப்பா!”

“நம்ம ஊர் சினிமாக்காரங்க நல்லவங்களைப் பத்தி படமே எடுக்கமாட்டாங்க. எவனோ ஒரு வெள்ளைக்காரன் காந்தி படம் எடுத்து ஆஸ்கார் வாங்கறான். நாம இன்னும் கோடம்பாக்கத்துல ஏழு கொலை பண்ணின கொலைகாரனைப் பத்தி படம் எடுத்து பணம் பண்ணிட்ருக்கோம் கொடுமைடாப்பா.”

“ரெண்டு டூயட், நாலு ஃபைட், ஒரு காபரே டான்ஸ், தாய்ப்பாசம், தாலி சென்ட்டிமெண்ட்னு இன்னும் எத்தனை நாள் குண்டுசட்டில குதிரை வண்டி ஓட்டப் போறாங்களோ தெரியல.”

சினிமா எப்போது முடியுமோ என்றிருந்தது. ஒரு வழியாய் முடிந்தபோது அப்பாடா என்றிருந்தது.

ஆட்டோ பிடித்து வீடு வந்தபோது மணி பத்து.

“நீங்க வேணும்னா உள்ள கட்டில்ல படுத்துக்கறீங்களா ராஜு...”

“இல்ல வேண்டாம். இப்டி ஹால்லயே படுக்கறேன்.”

“ரொம்ப குளிரும்.”

“இட்ஸ் ஓகே...”

சுவாதி அவனுக்கு கீழே பாய் போட்டு அதன் மீது பெட் விரித்து, தலைக்கொன்றும் காலுக்கொன்றுமாய் தலையணை வைத்து போர்த்திக் கொள்ள நல்ல கனத்த ரெக் ஒன்றும் வைத்துவிட்டு

கொல்லைக் கதவு வாசல் கதவு அனைத்தையும் பூட்டி, விளக்குகளை அணைத்துவிட்டு உள்ளறைக்குச் சென்றாள். கதவை சாத்தப் போனவள் பிறகு வேண்டாம் என்று நினைத்தபடி படுத்தாள். கதவு விரியத் திறந்திருந்தது. இது நல்ல நண்பனுக்குத் தான் அளிக்கும் மரியாதை என்று நினைத்தாள்.

அவர்கள் தனித்திருக்கும் இரண்டாவது இரவு. இந்த இரவில் ராஜாமணி மட்டுமல்ல சுவாதியும் அமைதியாக ஆழ்ந்து உறங்கினாள். பெங்களூர் குளிருக்கு, மறுநாள் ஏழு மணிக்கு மேல்தான் விழிப்பு வந்தது. சுவாதிதான் முதலில் எழுந்தாள். ராஜாமணி ரெக்கால் முகத்தை மூடிக்கொண்டு தூங்கிக் கொண்டிருந்ததைப் பார்த்து சிரிப்பு வந்தது. அவள் மனதில் இன்னும் பல படிகள் கடந்து உயரே சென்றான் அந்த நண்பன்.

அவன் வேலை முடிந்து ஊருக்குப் புறப்பட்டபோது அழுகை வந்தது.

“திரும்ப எப்போ வருவீங்க ராஜு”

“எப்போ வேணும்னாலும். உன்னைப் பார்த்தா கஷ்டமார்க்கு சுவாதி. உன் தனிமை எனக்கு கவலையார்க்கு. பேசாம நீயும் பம்பாய்க்கு வந்துடேன். மாற்றல் கிடைக்குமா உனக்கு? முயற்சி செய்து பாரேன்.”

“வரலாம் ராஜூ... மொதல்ல எனக்கு அவன்கிட்டேர்ந்து விடுதலை கிடைக்கட்டும். அதுக்கப்பறம் யாதும் ஊரே யாவரும் கேளிர்தான்.”

“சரி நா புறப்படறேன் சுவாதி ஜாக்கிரதை. எனி டைம் என்ன விஷயம்னாலும் டெலிபோன் பண்ணு. பத்து நாள் லீவாவது போட்டுட்டு பாம்பே வா. வரதுக்கு முந்தி எனக்கு தெரிவிச்சா ஸ்டேஷனுக்கு ஓடி வந்துடுவேன். என் பொண்ணுகளைப் பார்த்தா விடமாட்டே நீ.”

“கட்டாயம் வரேன் ராஜு...”

சுவாதி அவனுக்கு விடை கொடுத்தாள். ஆட்டோ கிளம்பிச் சென்றதும் உள்ளே வந்தவளுக்கு வெற்றிடத்தில் நிற்பது போலிருந்தது. நல்ல தோழமை கூட ஒரு வகை தாய்ப்பாசம்தான். பரஸ்பர எதிர்பார்ப்புகள் இல்லாத அன்பு பரிமாற்றம் இதிலும் உண்டு.

முடிந்த போதெல்லாம் ராஜாமணியோடு டெலிபோன் செய்து பேசினாள். வழக்கின் நிலையை அக்கறையோடு கேட்டான் அவன்... "எனக்கு சந்தேகம் சுவாதி. ஒருக்கால் மெடிக்கல் ரிப்போர்ட் பாஸிடிவா இருக்கணும்னு அவன் ஏதாவது டிரீட்மெண்ட் எடுத்துக்கிட்ருக்கானோ?"

"எந்த ட்ரீட்மெண்ட்டும் அவனை குணப்படுத்தாது ராஜு... எனக்கு நிச்சயமா தெரியும்."

"நீ போய் ஜட்ஜைப் பார்த்து, உன் கஷ்டத்தை சொல்லு சுவாதி. தேவையில்லாம அவங்க இழுத்தடிக்கறதா குற்றம் சொல்லு. அவர் மனது வெச்சா இது ஒரு முடிவுக்கு வரலாம்."

சுவாதி அவன் சொன்னதுபோல் ஜட்ஜை அவர் வீட்டுக்கே சென்று பார்த்தாள். தன் கஷ்டங்கள் பற்றி கல்லும் உருகும் வண்ணம் சொன்னாள். நீதியே அவளுக்காக கலங்கிப் போனது. உடனே நடவடிக்கையில் இறங்கினார்.

இன்னும் ஒரு வாரத்தில் மருத்துவ அறிக்கை வராவிட்டால் அவனை இம்பொட்டண்ட் என்று தீர்மானித்து சுவாதிக்கு விவாகரத்து கொடுத்து தீர்ப்பளிக்கப் போவதாக நோட்டீஸ் அனுப்பினார்.

இந்த முறை சீனிவாசனால் தப்பிக்க முடியவில்லை. மருத்துவ அறிக்கை அவனைக் காட்டிக் கொடுத்தது. டாக்டரை சரிக்கட்டி பொய்ச்சான்று வழங்க அவன் எடுத்த முயற்சிகள் எல்லாம் தோல்வியில் முடிந்தன.

நீதிபதி தீர்ப்பு வழங்கினார். "ஆண்மையில்லாத ஒருவன் ஒரு பெண்ணை ஏமாற்றித் திருமணம் செய்து கொண்டால், அந்த

திருமணம் திருமணமாகவே ஏற்றுக் கொள்ளப்படமாட்டாது. எனவே இந்து திருமணச் சட்டப்படி இந்த திருமணம் செல்லாது என்றும், சுவாதி திருமணமானாலும்கூட கன்னித் தன்மையோடு இருப்பதால் இவரை விவாகரத்து பெற்றவள் என்றோ, திருமதி என்றோ சொல்வதைவிட மிஸ் சுவாதி என்றே இனி இவர் சொல்லிக் கொள்ளலாம் என்று தீர்ப்பளிக்கிறேன்."

சுவாதி கோர்ட்டிலேயே தாலியை அறுத்து சீனிவாசனின் முகத்தில் விட்டெறிந்தாள். இறுக்கிக் கொண்டிருந்த நச்சுப் பாம்பிலிருந்து மீண்டாற்போல் இழுத்து மூச்சுவிட்டாள்.

கடைக்குப் போய் புதுப்புடவை வாங்கி வந்தாள். பாயசம் வைத்து சாப்பிட்டாள். புதுப்புடவை கட்டி, கோயிலுக்குப் போய் வந்தாள். இந்த சந்தோஷத்தை ராஜாமணிக்கு நேரிலேயே சொல்லி அவனோடு இதை பகிர்ந்துகொள்ள வேண்டும் போலிருந்தது. டெலிபோனில் அவனோடு தொடர்பு கொண்டு தான் வரப்போவதை தெரிவித்தாள். விமானத்தில் வரப்போவதைப் பற்றியும் சொன்னாள். ரயிலில் பயணம் செய்யும் பொறுமை இல்லை அப்போதய மன நிலையில் அவளுக்கு.

ராஜாமணி விமான நிலையத்தில் தன் காருடன் காத்திருந்தான். அழகென்றால் அப்படி ஒரு அழகோடு கூடவே துறுதுறுப்போடு அவனுடைய பெண்களும் வந்திருந்தார்கள். பெரியவளுக்கு பத்து வயதிருக்கும், சின்னவளுக்கு ஏழிருக்கும்.

சுவாதி அந்த அழகுப் பெட்டகங்களை வைத்த கண் வாங்காமல் பார்த்தாள். "ஹாய்" என்றாள் இருவரையும் பார்த்து. "ஹாய் ஆன்ட்டி..." என்று சட்டென்று ஓட்டிக்கொண்டன. வெகு நாள் பழக்கம்போல பேசிச் சிரித்தன. ஒன்று சுவாதியின் மடியில் உரிமையோடு படுத்து கொஞ்சியது. சுவாதி அவர்களோடு சம வயது சிநேகிதி மாதிரி பழக, அவர்களுக்கு அவளை மிகமிக பிடித்துப் போயிற்று.

வீடு மிகமிக அழகாயிருந்தது. பெரிதாயிருந்தது. பம்பாயில் இப்படி ஒரு வீடு வைத்திருக்க, கோடீஸ்வரர்களால்தான் முடியும்.

மாலதி, ராஜாமணி சொன்னதுபோல் அப்படி ஒன்றும் பருமனாக இல்லை. கச்சிதமாகத்தான் இருந்தாள். நாகரிகமாயிருந்தாள். கலகலப்பாய் பழகினாள். ராஜாமணியின் குடும்பச் சூழல் இனிமையாயிருந்ததைக் கண்டவள் நிம்மதியடைந்தாள். சாப்பிடும்போது மாற்றி மாற்றி ஜோக்கடிக்க சிரித்து சிரித்து வயிறு புண்ணாயிற்று.

இரவு அர்ச்சனாவும், ப்ரிதியும் சுவாதியோடு படுத்துக் கொண்டன. சுவாதி அவர்களுக்கு நிறைய கதை சொன்னாள். குழந்தைகள் தூங்கியதும், சுவாதி வெளியில் வந்தாள். பால்கனியில் நின்று இரவு நேர வாகனங்களை வேடிக்கை பார்த்தாள்.

“என்ன சுவாதி தூக்கம் வரலையா” என்று கேட்டபடி வந்தான் ராஜாமணி. அவன் பின்னால் மாலதியும் வந்தாள்.

“ரொம்ப சந்தோஷமார்க்கு ராஜு... எனக்கு விடுதலை கிடைச்சுடுத்து.”

“இஸ் இட். டைவர்ஸ் கிடைச்சுடுத்தா?” என்றான் ராஜாமணி.

மாலதியின் முகம் மட்டும் சட்டென்று சுருங்கியது.

அத்தியாயம் 21

"நீங்க உங்க ஹஸ்பெண்டை டைவர்ஸ் பண்ணிட்டீங்களா?" மாலதி அதே முகச் சுருக்கத்தோடு கேட்டாள்..

"யெஸ்...! என்ன ராஜு... என்னைப் பத்தி மாலதிக்கு எதுவுமே சொல்லலையா?"

"விவரமா சொல்லலை சுவாதி. என் ஃப்ரண்டுன்னு மட்டும் சொன்னேன்."

"ஒருத்தருக்கொருத்தர் விட்டுக் கொடுக்கறதுதான் வாழ்க்கை சுவாதி. ஆண் சரியில்லைன்னாகூட பெண் அனுசரிச்சுதான் போகணும். நாமளும் வாள் எடுத்துட்டோம்னா தாம்பத்யம் சிதைஞ்சுதான் போகும்."

"நா அனுசரிச்சு போகலைன்னு சொல்றீங்களா மாலதி?"

"மாலதி... நீ விவரம் புரியாம பேசற" என்று குறுக்கிட்டான் ராஜாமணி தர்மசங்கடத்தோடு.

"நா பம்பாய்ல வளர்ந்தவதான், படிச்சவதான், பணக்காரிதான். நாகரிகமானவதான். ஆனா டைவர்ஸ்க்கு துணிஞ்சவ இல்ல" என்றாள் மாலதி.

ராஜாமணி இருதலைக் கொள்ளி எறும்பாய் மாறினான். சுவாதியை மன்னித்துவிடு என்பதுபோல பார்த்தான்.

சுவாதி மாலதியை நிதானமாகப் பார்த்தாள்.

"உங்களுக்கு மிக நல்ல புருஷன் கிடைச்சுட்ட வெற்றியில பேசறீங்க மாலதி."

“நிச்சயம் இல்ல...”

“அப்டியா... கொஞ்சம் என்கூட வாங்க மாலதி” என்ற சுவாதி அவளது கையைப் பிடித்து அறைக்குள் அழைத்துச் சென்றாள். புடவை ஜாக்கெட். உள் பாடி, என்று அனைத்தையும் அவிழ்த்தாள்.

“பாருங்க மாலதி... என் உடம்பை பாருங்க. இன்னும் அந்த கொடுமைகளின் மிச்சம் மீதி, வடுக்களா என் உடம்பு முழுக்க இருக்கு பாருங்க. என் மார்பைப் பாருங்க, எத்தனை தழும்புகள்னு... இதையெல்லாம் செய்தவனை மனிதனா நினைக்கறீங்களா நீங்க.”

மாலதி உண்மையிலேயே ஆடிப் போனாள். சிகரெட்டால் சுட்ட வடுக்களும், கை நகங்கள் விளையாடியிருந்த தடங்களையும், பற்களால் குதறியிருந்த கோரத்தையும் பார்த்தவள் கைகளால் முகத்தைப் பொத்திக் கொண்டாள்.

“சொல்லுங்க மாலதி... உங்க புருஷன் இப்படி செய்யறவனா இருந்தா செய்யட்டும்னு அனுசரிச்சுப் போவீங்களா? பல்லைக்கடிச்சு வலியைப் பொறுத்துக்குவீங்களா?”

மாலதி பதில் சொல்லவில்லை.

“முடியாது மாலதி. இருக்கற வேதனையோட பல்லு கடிக்கற வேதனையும் சேரும். உதடும் புண்ணாகும்.” சுவாதி ஆடைகளை அணிந்து கொண்டாள்.

“சாரி சுவாதி” என்றாள் மாலதி.

“பரவால்ல. நீங்க ராஜூவோட மனைவிங்கறதால நா நிரூபிச்சு என்னை நியாயப்படுத்திண்டேன். இப்டி எல்லார்க்கும் அவுத்து காட்ட முடியுமா சொல்லுங்க. பேசறவாய் பேசட்டும்னு இருந்துடுவேன்.”

“உங்களுக்கு குழந்தை...”

“இல்லை...”

“ரொம்ப கஷ்டமார்க்கு. அர்ச்சனாவும், ப்ரிதியும் உங்க குழந்தைகள் மாதிரி நினைச்சுக்கங்க.”

“நீங்க ரொம்ப லேட்.”

“லேட்...?”

“யெஸ், நா அவங்களைப் பத்தி ராஜு சொன்னதுமே என் குழந்தைகளா நினைக்க ஆரம்பிச்சுட்டேன் பெங்களூர்லயே.”

“சரி படுத்துக்கங்க சுவாதி.”

“நீ வான்னு ஒருமையிலே பேசலாமே.”

“நீங்க பேசினா நானும் பேசறேன்.”

இருவரும் சிரித்தார்கள். மாலதி வெளியேறினதும் சுவாதி படுத்துக் கொண்டாள்.

பம்பாயில் இருந்த ஒரு வாரமும் நிமிடங்களாய்ப் பறந்தது. தினம் ஒரு இடம் சுற்றிப் பார்த்தார்கள். ராஜாமணியால் கூடப்போக முடியவில்லை என்றாலும் சுவாதிக்கு அது ஒரு இழப்பாகத் தோன்றவில்லை. அந்த அளவுக்கு அவன் குடும்பத்தினர் அவளோடு நெருக்கமாகிவிட்டனர். அவர்களது அன்பு கண்டு உண்மையிலேயே சுவாதி நெகிழ்ந்து போனாள். குழந்தைகள் பள்ளி போகும் நேரம் தவிர அவளையே சுற்றிச் சுற்றி வந்தன.

சுவாதி அவர்களுக்கு விதவிதமாய் அலங்காரம் செய்து போட்டோ எடுத்தாள். கடைக்கு கூட்டிச் சென்று உடைகள் வாங்கிக் கொடுத்தாள். சாப்பிடுவதற்கு கேக் பிஸ்கட் இனிப்புகள் என்று கேட்டதை எல்லாம் வாங்கிக் கொடுத்தாள். ஐஸ்க்ரீம் பார்லர் அழைத்துச் சென்று அவர்களோடு அவளும் குழந்தையாய் மாறி அத்தனை வெரைட்டி ஐஸ்க்ரீமும் சாப்பிட்டாள்.

அவள் ஊருக்குப் புறப்பட்டபோது மாலதியும் குழந்தைகளும் தேம்பித் தேம்பி அழுதார்கள். “சுவாதி ஆண்ட்டி போகாதீங்க ஆண்ட்டி. இங்கயே இருந்துடுங்க” என்று கெஞ்சினார்கள் குழந்தைகள்.

“பம்பாய்க்கு டிரான்ஸ்ஃபர் வாங்கிக்க சுவாதி” என்றான் ராஜாமணியும்.

“வி வில் மிஸ் யூ சுவாதி. நீ இங்கே வரதுதான் நல்லது” என்றாள் மாலதி.

“பார்க்கலாம்” என்று சிரித்தாள் சுவாதி. விமானம் கிளம்பும் வரை கையசைத்தார்கள்.

பெங்களூர் வரும் வரை சுவாதி நிறைய யோசித்தாள். பம்பாய் போய் விடுவது சுலபம்தான். ஆனால் எல்லோருக்கும் வந்த சந்தேகம் மாலதிக்கு மட்டும் வராது என்பது என்ன நிச்சயம்? அப்படி ஒரு துளி சந்தேகம் வந்தாலும் அதனால் சுவாதிக்கு பெரிசாய் பாதிப்பில்லைதான். ஆனால் ராஜாமணி பாதிக்கப்படுவான். அவன் குடும்ப வாழ்வின் அமைதி கெட்டுவிடும். இந்த அன்பு தொலைவிலிருந்து அனுபவிக்க வேண்டிய அன்பு. தொலைவிலிருந்தால் மட்டுமே தொடரும். அருகே சென்றால் சிதையும். சிதைவை அவளால் நினைத்துக்கூடப் பார்க்க முடியவில்லை. பிரிவு நேசத்தை வளர்க்கும். இடைவெளி இன்பம் கூட்டும். பிரிவுக்குப் பின் சந்தித்தால் நெருக்கம் அதிகரிக்கும். எனவே பம்பாய் போகும் எண்ணத்தை கைவிட்டாள்.

ராஜாமணி டெலிபோன் செய்து டிரான்ஸ்ஃபர் பற்றி கேட்டபோது அவனிடம் மட்டும் தன் எண்ணங்களை மறைக்காமல் கூறினாள். அவன் அதிலிருந்த நியாயங்களை உணர்ந்து கொண்டான். எனவே வற்புறுத்தவில்லை. மனைவி குழந்தைகளிடம் அவளுக்கு டிரான்ஸ்பர் கிடைப்பது கடினம் என்று கூறி சமாதானப்படுத்தினான்.

ஆறு மாத இடைவெளியில் ஒன்று இவள் பம்பாய் போவாள். அல்லது ராஜாமணி குடும்பத்தோடு பெங்களூர் வருவான். அவர்கள் திரும்பிச் செல்லும் நாள் வரை அங்கே உற்சாகமும் சந்தோஷமும் குதி போடும். வீடு சலங்கை கட்டிக்கொண்டு ஆடும்.

“மாலதிக்கு நல்லா சமைக்கக் கத்துக் கொடு சுவாதி” என்று சீண்டுவான் ராஜாமணி.

“அதை விட நீங்களே அதையும் கத்துக்கோங்க.” என்று பதிலுக்கு வாருவாள் மாலதி.

சுவாதி ஒவ்வொருவர் மனசுக்கேற்றார் போலவும் கேட்டுக் கேட்டு சமைப்பாள். விதவிதமாய் டிபன் செய்வாள். பத்திரிகைகளில் வெளிவரும் ரெஸிப்பிகளை செய்கிறேன் என்று மாலதியும் சிலநேரம் அடுக்களையை அமர்க்களப்படுத்துவாள். அது நன்றாகவே அமைந்திருந்தாலும் கூட குழந்தைகள் கிண்டலும், கேலியும் செய்தபடி சாப்பிட்டு அவளை அழமாட்டாத குறையாக்குவார்கள். சுவாதிதான் அவளை சமாதானப்படுத்துவாள். சுவாதியை விட மாலதி இரண்டு மூன்று வயது சிறியவள் என்பதால் ஒரு தங்கையைப் போலத்தான் நினைத்தாள் அவளை. சமயம் கிடைக்கும் போதெல்லாம் மாலதியை உட்கார வைத்து புதுப்புது மாதிரியாய் கொண்டை போட்டுவிடுவாள்.

“வாவ்...! சுவாதி நீ பேசாம பியூட்டி பார்லர் நடத்தலாம்” என்பாள் மாலதி.

வீட்டில் அடிக்கும் கொட்டம் போதாது என்று சினிமா தியேட்டர்களிலும் கொட்டம் தொடரும்.

மொத்தத்தில் அவர்கள் ஊருக்குப் போகும்போது மொத்த மகிழ்ச்சியையும் மூட்டை கட்டி எடுத்துச் சென்றுவிட்டது போலிருக்கும் சுவாதிக்கு. வீடு நரகமாயிருக்கும். தனிமை ஆளைக் கொல்லும். எனவே அலுவலகத்திலேயே பழி கிடப்பாள். வேலை வேலை வேலை என்று அதிலேயே முழுகியிருப்பாள்.

அதனால் பெங்களூர் பிரான்ச் முதல் நிலையை எட்டிப் பிடித்தது. லாபம் கணிசமாய் காட்டியது. சுவாதியின் கௌரவம் கூடியது. சில பத்திரிகைகள் கூட அவள் திறமை பற்றி கேள்விப்பட்டு அவளிடம் பேட்டி வாங்கி வண்ணப்படத்தோடு வெளியிட்டு அவளை உலகத்திற்கு அடையாளம் காட்டியது.

பல பொதுவிழாக்களுக்கு அவளை கௌரவ விருந்தாளியாக அழைத்தார்கள்.

பல பேர் அறிமுகமானர்கள். அதில் முக்கியமானவர் சாகர் மில்ஸின் அதிபதி கைலாஷ், நாற்பத்தி ஐந்து வயதிருக்கும். தோற்றத்தில் கண்ணியமிருக்கும். வெள்ளை பைஜாமா குர்தா தவிர வேறு உடை அணியமாட்டார். கண்களில் சில்வர் பிரேமிட்ட கண்ணாடி அறிவாளி என்று சான்றளிக்கும். ஒரு பொதுநிகழ்ச்சியில் சுவாதிக்கு அறிமுகம் செய்து வைக்கப்பட்டார் அவர். சுவாதி கை கூப்பிவிட்டு அமர்ந்தாள். அதற்குப் பின்னர் ஒரு ஷாப்பிங் காம்ப்ளக்ஸிலும் அவளைப் பார்த்துவிட்டு அவரே வலிய வந்து பேசினார். அவளை அவர் வீட்டுக்கு விருந்துக்கு அழைத்தபோது சுவாதி தயங்கினாள். தான் எங்கும் செல்வதில்லை என்று மறுத்துவிட்டாள். ஆனால் மனிதர் விடுவதாயில்லை. மற்றொரு மாதர் சங்க விழாவிலும் இருவரும் மீண்டும் சந்திக்கும் சந்தர்ப்பம் கிடைத்தபோது, தன் மனைவியை அவளுக்கு அறிமுகப்படுத்தி வைத்து அவள் மூலமாகவே விருந்துக்கு வருமாறு அழைப்பு விடுக்க சுவாதியால் மறுக்க முடியவில்லை.

அத்தியாயம் 22

விருந்து தடபுடலாய் நடந்தது. கைலாஷ் கனிவாய் பேசினார். அவருடைய பெண்ணை அறிமுகப்படுத்தி வைத்தார். பதினெட்டு வயது பெண் அழகாயிருந்தாள்.

“எனக்கு பெண்களின் முன்னேற்றத்தில் மிகுந்த அக்கறை உண்டு. நீங்கள் மிஸ் சுவாதி என்று பத்திரிகை பார்த்துதான் தெரிந்து கொண்டேன். எதனால் இன்னும் திருமணம் செய்து கொள்ளவில்லை?” என்று கேட்டார். தன் பழைய கதையை சொல்ல விரும்பவில்லை சுவாதி. எனவே அவர் கேள்விக்கு ஒரு புன்சிரிப்பை மட்டுமே விடையாக அளித்தாள்.

“உங்களுக்கு விருப்பமில்லைன்னா சொல்ல வேண்டாம்” என்றார். ஆனால் “திருமணம் செய்து கொள்ளும் எண்ணமாவது உண்டா” என்று கேட்டார்.

சுவாதி இல்லை என்றாள்.

அதற்குப் பிறகு அவளோடு அடிக்கடி டெலிபோன் செய்து பேசினார். சில நேரம் அவள் எதிர்பார்க்காத தருணங்களில் வீட்டுக்கே வந்து நட்போடு பேசுவார். சுவாதியால் ஏனோ ராஜாமணியைப்போல அவரிடம் பழக முடியவில்லை. அதே நேரம் கடினமாகவும் அவரிடம் நடந்துகொள்ள முடியவில்லை. யாரையும் சட்டென்று புண்படுத்தி பழக்கமில்லாததால் அவரிடம் மரியாதையோடே பழகினாள்.

மிக சுவாரஸ்யமாய் பேசுவதில் வல்லவராயிருந்தார் கைலாஷ். தத்துவங்கள் அவர் வாயிலிருந்து சரளமாய் கொட்டும். அவருக்குத் தெரியாத விஷயமே இல்லையோ என்று எண்ணும்

அளவுக்கு எல்லா விஷயங்களையும் பற்றி தீர்க்கமாக பேசுவார். அவருடைய பரிவு கூட சில நேரம் வேண்டித்தானிருந்தது சுவாதிக்கு.

சென்னையிலிருந்த மானேஜர் கடிதமும் பெண்ணுக்கு கல்யாணம் என்று பத்திரிகையும் அனுப்பியிருந்தார்.

அவள் கடிதத்தை படித்துக் கொண்டிருந்தபோதுதான் கைலாஷ் வந்தார்.

“என்ன சுவாதி யார் கிட்டேர்ந்து லெட்டர்?”

“மெட்ராஸ்லேர்ந்து. எங்க மானேஜர் பெண்ணுக்கு கல்யாணம்.”

“என்னிக்கு?”

“பதினெட்டாம் தேதி.”

“அட பதினெட்டாம் தேதி எனக்கும் மெட்ராஸ்ல ஒரு கல்யாணம் இருக்கு. கார்லதான் போறேன் என் கூடயே வந்துடேன்.”

சுவாதியால் மறுக்க முடியவில்லை. கேட்டு கேட்டு உதவிகள் செய்து வரும் அவருடைய அன்பை சட்டென்று அலட்சியப்படுத்த இயலவில்லை அவளால். அவரே காரை ஓட்டிக்கொண்டு வந்தார். ஏதோ பேசிக் கொண்டே வந்தார். நடு நடுவே காரை நிறுத்தி டிபன், கூல் டிரிங்க்ஸ், இளநீர் என்று வாங்கிக் கொடுத்தார்.

“எனக்கும் வாழ்க்கையில நிறைய கஷ்டங்கள் இருக்கு சுவாதி” என்றார். ஓய்வுக்காக ஓரிடத்தில் காரை நிறுத்தியபோது.

“உங்களுக்கு கஷ்டமா? ஆச்சர்யம்தான்.”

“ஏன் எனக்கு கஷ்டமிருக்கக் கூடாதா?”

“பார்த்தா தெரியலை.”

“சில கஷ்டங்கள் வெளில தெரியாது சுவாதி.”

“சரி சொல்லுங்க. அப்டி என்ன கஷ்டம் உங்களுக்கு?”

“சில நேரம் எனக்கு உன்னைப் பார்த்தா ஆச்சரியமார்க்கும் சுவாதி.”

“எதுக்கு?”

“இத்தனை வயசுக்கு என்னால முடியலையே. நீ எப்டி எந்தவித உணர்வும் இல்லாம தனியா இருக்கயோன்னு நினைச்சுப்பேன்.”

சுவாதிக்கு அவர் என்ன சொல்ல வருகிறார் என்று சட்டென்று புரியவில்லை.

“நா செக்ஸைப் பத்திதான் சொல்றேன் சுவாதி. என் பொண்டாட்டிக்கு அந்த உணர்வு அடங்கிப் போய்டுச்சோ என்னவோ. கல்யாண வயசுல பெண்ணை வெச்சுக்கிட்டு என்ன வேண்டிக்கிடக்குன்னு என்னை சுத்தமா ஒதுக்கிட்டா. ஆணுக்கு காமம் லேசுல அடங்கற விஷயமில்லை சுவாதி. இது நிறைய பேருக்கு புரியறதில்லை. நாற்பது வயசுக்குமேல்தான் அது அதிகமாகும். ஆனா அந்த வயசுல அவன் பொண்டாட்டி களைச்சுப் போய் அவனை ஒதுக்கிடறா. திடீர்னு ஒரு உறவு நிறுத்தப்பட்டா எவ்ளோ கஷ்டம்! உடம்புக்கு மனசுக்கு எல்லாத்துக்குமே கஷ்டம், யாரைப் பார்த்தாலும் எரிச்சல், எந்த வேலையும் செய்ய முடியாத மனோ நிலை...” சுவாதி சங்கடத்தில் நெளிந்தாள். இவருடைய பிரச்சனை இதுதான் என்று தெரிந்தால் கேட்டிருக்கவே மாட்டாள். எதற்காக அவளிடம் போய் இவ்வளவு விலாவாரியாய்...

தலை குனிந்து மௌனம் சாதித்தாள்.

“ரொம்ப கஷ்டம் சுவாதி, அதை அனுபவிச்சு பார்த்தாதான் கஷ்டம் புரியும். பணம் இருக்கு, வசதி இருக்கு. எல்லாம் இருக்கு. ஆனா என்ன பயன்? காமம் அடங்காதவரை கஷ்டம்தானே. வீட்ல சாப்பாடு கிடைக்காதவன் என்ன செய்வான் சுவாதி? பட்னியா கிடப்பான்? அல்லது அவன் பட்டினி கிடந்துதான் ஆகணுமா?”

சுவாதி எதற்கு இந்தக் கேள்வி என்பதுபோல் அவரைப் பார்த்தாள்.

“இந்த விஷயத்துல நீ நினைச்சா உன்னால உதவ முடியும் சுவாதி. கேன் யூ ஹெல்ப் மீ?”

சுவாதி அதிர்ந்து போனாள்.

“நா... என்ன பேசறிங்க நீங்க?”

“தப்பில்ல சுவாதி. உனக்கு வயசாயிருச்சு. கல்யாணமும் செய்துக்கப் போறதில்லன்னு சொல்ற. கருணையோட நீ எனக்கு உதவலாம்.”

“உங்களைக் கல்யாணம் செய்துக்கச் சொல்றீங்களா?”

“அப்டி சொல்லலை...”

“பின்னே...? செக்ஸ் மட்டும் வெச்சுக்க சொல்றீங்களா?”

“அதுல எந்த தப்பும் இல்லன்னு சொல்றேன் சுவாதி.”

“எப்டி தப்பில்லன்றீங்க? உங்க மனைவி பாதிக்கப்படமாட்டாங்களா?”

“புரியலை சுவாதி உனக்கு. ரெண்டு நதி கலக்கற இடத்துல பூமிக்கு கீழேயே கண்ணுக்கு தெரியாம இன்னொரு நதி சங்கமமாகறதில்லையா? அந்த மாதிரிதான். நிச்சயம் உன்னை ராணி மாதிரி...”

“நிறுத்துங்க ப்ளீஸ்... நா உங்களை இவ்வளவு மோசமா நினைக்கலை. தயவுசெய்து என்னை மெட்ராஸ்ல இறக்கி விட்டுடுங்க. உங்க விருப்பத்துக்கு சம்மதிக்க முடியாத நிலையில் இருக்கேன். நான் வேசி இல்லை. ரகசிய நதியா இருன்னு உங்க மனைவிகிட்டயோ, அல்லது பெண்கிட்டயோ வேற ஒரு ஆள் கேட்டான்னா தப்பில்ல போன்னா சொல்லி வழியனுப்பி வெப்பீங்க?” சுவாதி முகம் சிவக்க கேட்டாள்.

ச்சட்...! யாரையும் நம்ப முடியவில்லை. இதற்குத் தானா வலிய வலிய வந்து பழகினானா என்று நினைத்தாள். ஒரு

பெண்ணின் உடல் எவ்வளவு சுலபமான விஷயமாகிவிடுகிறது இவர்களுக்கு.

“என்னைத் தப்பா புரிஞ்சுக்கிட்ட சுவாதி...” அவர் ஏதோ பேச ஆரம்பிக்க சுவாதி குறுக்கிட்டாள்.

“இல்ல சார் நல்லாவே புரிஞ்சுக்கிட்டேன். உங்களுக்கு பெண்களா கிடைக்கமாட்டாங்க? பணத்துக்கு தினம் ஒரு பொண்ணு உங்களுக்கு கிடைப்பா. ஆனா அதுவும் கேவலம். உங்களுக்கு காசு கேக்காத கௌரவமான பொண்ணுன்னா பிரச்சனையில்லைன்னு நினைக்கறீங்க...”

“ரொம்பத்தான் பேசாத சுவாதி. என்னைச் சொல்ற அளவுக்கு நீ ரொம்ப யோக்யமானவள்னு நினைப்போ?”

“ஏன்... என்னைப் பற்றி என்ன?”

“உன்னைப் பற்றி சகலமும் எனக்குத் தெரியும். நீ உன் புருஷனை டிவோர்ஸ் செய்தல், அந்த புருஷனுக்கு முன்னால நீ ஒருத்தனோடு படுத்தது, இன்னமும் அவனோட தொடர்பு வெச்சிருக்கறது எல்லாம் தெரியும்.”

சுவாதியின் கை அவர் கன்னத்தில் பளாரென்று இறங்கியது. அவரை அடித்த கையோடு அந்த வழியே சென்ற பஸ்ஸை கை காட்டி நிறுத்தி ஏறிக்கொண்டாள்.

அத்தியாயம் 

சுவாதி வானத்து நட்சத்திரங்களை வெறித்துப் பார்த்துக் கொண்டிருந்தாள். சின்னச் சின்ன பூக்களாய் ஏராளமான நட்சத்திரங்கள் மினுக்கிச் சிரித்துக் கொண்டிருந்தன. பெண்களும் நட்சத்திரங்கள்தான். நட்சத்திரங்கள் சின்னதாய் சிரிப்பதற்கு காரணம் அதன் தொலைதூரம். கிட்டே நெருங்கினால் ஒவ்வொன்றும் கோடி சூரிய ஒளி கொண்டு தாக்கும். சூரியனைவிட, பூமியைவிட பெரிய எரிநட்சத்திரங்களும் கூட உண்டு. அதனால்தான் பிரபஞ்சத்தில் எட்டாத தொலைவில் அவை குளுமையாய் சிரிப்பதுபோல் படைக்கப்பட்டிருக்கிறது. கிட்டே போகும் துணிச்சலோ சக்தியோ எவருக்குண்டு. கிட்டே நெருங்கினால் பெண்ணும் பிரம்மாண்டம்தான். இது புரிந்தவர்கள் நெருங்குவதில்லை. தொலைவிலேயே நிறுத்தி ரசிக்கிறார்கள். பெண்மையை ஆராதிப்பவனால் மட்டுமே அருகே நெருங்க முடியும். சுவாதியின் மனசுக்குள் கவிதை வரிகள் ஓடியது.

வானத்தில் நட்சத்திரங்கள்
பூமியில் பெண்கள்
எட்டாத் தொலைவில் இரண்டுமே
அழகிய பூக்கள்
மினுக்கிச் சிரிக்கும் தங்க பூக்கள்
கிட்டே நெறுங்கினால்...?
சின்னப் பூக்களல்ல அவை
பிரும்மாண்ட சூரியன்கள்!
சூரியனைத் தொடும் துணிச்சல்
இங்கே எவருக்குண்டு?

காற்று அளவுக்கதிகமாகவே இருந்தது மொட்டைமாடியில். சுவாதி அதை பொருட்படுத்தாமல் மரம் மாதிரி நின்றிருந்தாள். கைலாஷ், சுவாதியின் பிரும்மாண்ட பரிமாணத்தை உணர்ந்திருக்க வேண்டும். அதன் பிறகு அவள் பக்கம் கூட நெருங்கவில்லை. ராஜாமணி போன்ற நல்லவர்கள் இருக்கும் பூமியில் இதுபோன்ற சந்தர்ப்பவாதிகளும் இருப்பது அவளை வேதனைப்படுத்தியது. பெண்ணை எத்தனை மலிவாக நினைத்துவிட்டார்கள்!

கீழே டெலிபோன் மணி அடிக்கும் சத்தம் மிகக் குறைந்த ஸ்தாயியில் காற்றில் கலந்து வர, வேகமாக கீழே வந்து ரிஸீவரை எடுத்தாள்.

“ஹலோ சுவாதி!” என்றது ராஜாமணியின் குரல். அந்த குரல் கேட்டதும் மலர்ந்து போனாள் சுவாதி.

“ஹலோ ராஜு... ஊர்ல இல்லையா? நேத்து ரெண்டு தரம் டெலிபோன் செய்தேன். மாலதியும் பசங்களும்தான் பேசினாங்க.”

“ஆமா. இன்னிக்குதான் வந்தேன். நீ பேசினதா சொன்னாங்க. என்ன விஷயம் சுவாதி எனி பிராப்ளம்?”

“நத்திங் ராஜு... ஜஸ்ட் உங்க கூட பேசணும்னு இருந்தது. உங்களை மாதிரி ஏன் எல்லா ஆண்களும் இருக்கமாட்டேன்றாங்க ராஜு...?”

“என்னாச்சு சுவாதி?”

“ஒண்ணுல்ல.”

“இருக்கு. ஏதோ இருக்கு.”

ஒரு நிமிடம் மௌனம் சாதித்தவள், “யெஸ் ராஜு... யூ ஆர் கரெக்ட்” என்றாள். பிறகு கைலாஷ் பற்றி சொன்னாள்.

“தப்பு உன் மேலதான் சுவாதி” என்றான் ராஜாமணி.

“என் மேலயா.”

“ஆமா... எதுக்கு நீ தனியா இருக்கணும்? ஒரு நல்ல ஆளைத் தேர்ந்தெடுத்து உடனே கல்யாணம் செய்துக்கோ. அப்பறம் பார் யார் உன்கிட்ட வராங்கன்னு.”

சுவாதி சிரித்தாள்.

“ஸோ... ஒரு பெண் கல்யாணம் பண்ணிண்டாதான் சேஃப்டியா இருக்க முடியும்ங்கறிங்க. பிடிச்சுதோ பிடிக்கலையோ பாதுகாப்புக்காக கல்யாணம் பண்ணிண்டுதான் ஆகணும் இல்ல?”

“லுக் சுவாதி. ஒரு முறை ஏமாந்துட்டதால எல்லாரையும் சீனிவாசனாவோ, கைலாஷாவோ ஏன் நினைக்கணும். நல்லவங்களே இல்லைங்கறயா?”

“இருக்கலாம் ராஜு. பட், கல்யாணத்துல எனக்கு இஷ்டமில்லையே. இந்த வாழ்க்கைகூட ஒரு விதத்துல எனக்கு பிடிச்சிருக்கு ராஜு. கட்டுப்பாடுகள் எனக்கு நானே போட்டுக்கிட்டாதான் உண்டு. என் வேலை உண்டு நான் உண்டு. பிடிச்சா சாப்டலாம். பிடிக்காட்டா பட்னி கிடக்கலாம். யாரைப் பற்றியும் கவலைப்பட வேண்டாம்.”

“ரொம்ப நாள் இது சுவாரசியமா இருக்காது சுவாதி. ஒரு கட்டத்துல போரடிச்சுடும். ஒரு நல்ல துணைக்கு மனசு ஏங்கும்.”

“ஏங்காது ராஜு. அது மனசார்ந்தாதானே ஏங்கும். அது இப்போ இறுகிப்போன பாறை.”

“ஓ.கே. எல்லாத்தையுமே அனுபவிச்சுதான் உணரணுங்கறது உன் தலையெழுத்துன்னா அதை மாற்ற யாரால முடியும்?”

“என்ன ராஜு... கோவமா பேசறீங்க?”

“கோவப்படாம என்ன செய்ய?”

“சரி ராஜு... உங்களுக்காகவாவது நான் ஒரு கல்யாணம் செய்துக்கறேன்னே வெச்சுப்போம். அவனும் நம்மளைப் பத்தி சந்தேகப்படமாட்டான்னு என்ன நிச்சயம்? அதுக்காக உங்க நட்பை வேண்டாம்னு விட்டுடச் சொல்றிங்களா? என்னால அது முடியாது ராஜு.”

“வாழ்க்கையில் நிம்மதியும், சந்தோஷமும் வேணும்னா சிலவற்றை இழந்துதான் ஆகணும் சுவாதி.”

இதைக் கேட்டதும் சுவாதி ஆடிப்போனாள்.

“எ...என்ன சொல்றீங்க ராஜு... நீங்க இழந்துடுவீங்களா அப்டி ஒரு நிலை வந்தா?”

“யோசிச்சுப் பார் சுவாதி. ஒருக்கால் மாலதிக்கு பதிலா வேற தொட்டாச் சுருங்கிப் பெண் எனக்கு மனைவியா வாய்ச்சிருந்தா நம்ம நட்பு நீடிச்சிருக்கும்னு நினைக்கறயா? நட்பு முக்கியம்தான். ஆனா அதுக்காக நம்பி வந்த ஒரு பெண்ணின் வாழ்க்கையை நரகமாக்கிட முடியுமா? இது பிராக்டிகல் சுவாதி. நடைமுறை உண்மைகள்! யூ ஹாவ் டு அக்ஸெப்ட் இட்.

உனக்குன்னு அன்பான ஒருத்தன் இருந்தா அவனுடனான மகிழ்ச்சியான வாழ்க்கைக்காக நீ எதையும் தியாகம் செய்வ. உன்மேல இருக்கற அக்கறையிலதான். உன் நல்லதுக்குத்தான் சொல்றேன் சுவாதி. நம்ம நட்பு யாருக்கும் இடையூறு இல்லாம தொடரும். சந்தேகப்படும்படியான எதையும் நாம் செய்யப் போறதில்ல. தைரியமா நீ கல்யாணம் பண்ணிக்கோ. அதான் உனக்கு என்னிக்கும் நல்லது. நா சொல்றதை சொல்லிட்டேன், இனி உன் இஷ்டம்.”

சுவாதியால் நம்ப முடியவில்லை.

ராஜுவா... ராஜுவா இப்படி பேசுகிறான்! அழுகை வந்தது அவளுக்கு. எந்த பதிலும் சொல்லாமல் போனை வைத்தாள். அவன் சொன்ன வார்த்தைகள் ஒவ்வொன்றிலும் உண்மை இருந்தாலும் கூட அவளால் அதை ஜீரணிக்க முடியவில்லை. இரவு முழுக்க தூங்கவில்லை. ராஜாமணியின் வார்த்தைகள் எதிரொலித்த வண்ணமிருந்தது. குடும்பத்தின் நிம்மதிக்காக நட்பை இழக்க முன் வருவேன் என்று அவன் சொன்னது அவளைக் கொன்றது. அதை நடைமுறை உண்மைகள் என்று ஏற்றுக்கொள்ள அவளால் இயலவில்லை. கூடவே ஆத்திரமும் வந்தது.

நட்பும் வேண்டாம் மணமும் வேண்டாம். தனிமை சுகம், தனிமையே துணை என்று வாழ்ந்துவிடுவது உத்தமம்.

ராஜாமணியின் நிம்மதி மட்டும் ஏன் கெட வேண்டும்? நிம்மதி கெட்டு அதன் பின் அவன் அவளைத் தண்டிப்பதைவிட நன்றாயிருக்கும் போதே சிரித்துக் கொண்டே விலகிவிடுவது மேல் என்று தோன்றியது அவளுக்கு. இந்த பிரிவுக்கு ராஜாமணி வருத்தப்படுவானா தெரியவில்லை. அப்படியே வருத்தப்பட்டாலும் அது வெகு நாள் நீடிக்காது. நாளடைவில் எல்லாம் மறந்துவிடுவான். நட்பு இழப்பு என்பது சிலருக்கு சுலபம். சிலருக்கு கடினம். ராஜாமணிக்கு அது சுலபமாகிவிட்டது. அவளுக்கு... சுவாதி சின்னக் குழந்தை மாதிரி அழ ஆரம்பித்தாள்.

அதற்குப் பிறகு ராஜாமணியிடமிருந்தும் டெலிபோன் வரவில்லை. அவளும் தொடர்பு கொள்ளவில்லை. இது என்ன வீராப்பு என்று தோன்றியது. சில நேரம் கைகள் பரபரக்கும். வேண்டாம் என்று அடக்கிக் கொள்வாள். ஆபீஸ் வேலைகளை வீட்டுக்குக் கொண்டு வந்து செய்ய ஆரம்பித்தாள். அப்படியும் நேரம் நகரவில்லை என்கிற நிலையில் லைப்ரரி ஒன்றில் உறுப்பினராகச் சேர்ந்தாள். தடிதடியாக எல்லா விதமான புத்தகங்களும் கொண்டு வந்து படித்தாள். படிக்க படிக்க அறிவு கூடியது. அறிவு கூடியதாலேயே இம்சைகளும் அதிகமாயிற்று. ஒன்றும் தெரியாமல் இருந்திருக்கலாமே என்று ஆதங்கப்பட வைத்தது.

“சொல்லடி சிவசக்தி! எனை சுடர்மிகும் அறிவுடன் ஏன் படைத்தாய்?”

சார்ந்து வாழும் பெண்ணுக்கு பாதுகாப்பும் அதிகமாகிறது. தனித்திருக்கும் பெண் சுடராயிருப்பது எல்லார் கண்ணையும் உறுத்தும் போலும். அந்த சுடரை அணைக்கவே, அதை ஒன்றுமில்லாமல் ஆக்கவே உலகம் முயல்கிறது.

அந்த விடுமுறைக்கு ராஜாமணி குடும்பத்தோடு வருவான் என்று மிகவும் எதிர்பார்த்தாள். ஆனால் அவன் வரவில்லை. எதிர்பார்ப்பவர்கள் ஏமாறுவார்கள் என்று உள்ளே ஏதோ சொல்லிச் சிரித்தது. எப்போது கல்லாக மாறினான் அவன் என்று

வியந்தாள். வியப்பு வேதனையாயிற்று. எல்லோரும் அவளை மறந்துவிட்டார்களா? இல்லை வேண்டாம். யாரைப் பற்றியும் நினைக்க வேண்டாம். வாழ்க்கை மிகக் குறுகியது. அதில் பாதி கடந்துவிட்டது. மீத வாழ்வை பயனுள்ளதாக வாழ்ந்துவிடுவது உத்தமம்.

அதற்குப் பின்னர் சுவாதி முதியோர் இல்லங்களுக்கும் மருத்துவமனைகளுக்கும் அடிக்கடி சென்றாள். அங்கே இருப்பவர்களுக்கு ஆறுதல் சொன்னாள். தேவைப்பட்ட உதவிகள் செய்தாள். பணமாக, பொருளாக, சரீர உதவிகள்... என்று முடிந்ததைச் செய்தாள். கொடுப்பதால் இன்பம் இரட்டிப்பாகிறது என்று உணர்ந்தாள். பெறுபவர்க்கு ஒரு பங்கு என்றால் கொடுப்பவர்க்கு இரு பங்கு. ஓய்வு நேரங்கள் துன்பமின்றி கடந்தன.

நாட்கள், மாதங்கள், வருடங்கள் இரண்டு உருண்டு ஓடின. அதற்குப்பின் ஒரு நாள் ராஜாமணியிடமிருந்து டெலிபோன் வந்தது.

அத்தியாயம் 24

சுவாதி காத்திருந்தாள். வண்டி இன்னும் வரவில்லை. அதன் வருகையை எதிர்நோக்கி ஸ்டேஷன் காத்திருந்தது. பிளாட்ஃபாரம் முழுக்க மக்கள் கூட்டம். கணவனை எதிர் நோக்கும் மனைவி, மனைவிக்காக காத்திருக்கும் கணவன், தாயை வரவேற்க நிற்கும் மகன், அண்ணனைக் காண வந்த தம்பி, நண்பனை எதிர்நோக்கி நண்பன் எல்லாரும் காத்திருக்கிறார்கள். வியாபாரத்திற்காக தயாராக டீ காபி விற்பவர்கள், பெட்டி தூக்க போர்ட்டர்கள், சுவாதியும் காத்திருந்தாள் நண்பனுக்காக.

வண்டி மிக அதிசயமாக குறித்த நேரத்திற்கு ஸ்டேஷனில் நுழைந்தது.

முதல் வகுப்பிலிருந்து இறங்கினான் ராஜாமணி. ஆண்ட்டி என்று குரல் கொடுத்தபடி இறங்கி ஓடி வந்தாள் அர்ச்சனா. எத்தனை வளர்த்தி! சுவாதி வியந்தாள். ராஜாமணி நிதானமாக, வந்தான். காதோரம் நரைத்திருந்தது.

"எப்டியிருக்க சுவாதி?"

சுவாதி அவனை உற்றுப் பார்த்தாள்.

"அப்டியேதான் இருக்கேன்" என்றாள்.

"கோவம்தானே என்மேல."

"இல்லையே... கோவப்பட நான் யார்?"

"இல்லைன்னு சொன்னாலும் கோவம் தெரியறது? நீ யாருன்னா கேட்கற? இன்னோரு தரம் கேளு?"

“ஆண்ட்டி நானும்தான் கேட்கறேன். என்ன கோவம் உங்களுக்கு? இவ்ளோ பாராமுகமா இருந்துட்டீங்க?”

“நானா இருந்தேன்?”

“ஆண்ட்டி உங்களுக்கென்ன தெரியும்? பம்பாய்ல எங்களுக்கு ஏகப்பட்ட பிரச்சனைகள். அதுவும் அப்பா ரொம்ப ரொம்ப பிஸி. எங்களாலயே அவர்கிட்ட பேச முடியல. அம்மாவுக்கு ரெண்டு ஆபரேஷன் நடந்தது. தெரியுமா உங்களுக்கு?”

சுவாதி திகைப்போடு ராஜாமணியைப் பார்த்தாள்.

“அப்டியா ராஜூ?”

“யெஸ். ஒரு தரம் யூட்ரஸ் ரிமூவ் பண்ணித்து, இன்னோரு தரம், ஸ்பைனல் கார்டுல ஒரு மேஜர் ஆபரேஷன்.”

“என்னாச்சு ராஜூ? எதனால?”

“முதுகு வலின்னு ஆரம்பிச்சுது... என்னன்னு சொல்றது. இப்போ எதுக்கு அதெல்லாம்? நௌ ஷீ இஸ் ஓ.கே. உன்னைப் பற்றி அடிக்கடி கேட்பா. போன் வந்ததான்னு வந்ததுன்னு சொல்லிப்பேன்.”

“இதெல்லாம் ஏன் ராஜூ என்கிட்ட உடனே சொல்லலை. அவ்ளோ வேண்டாதவளாய்ட்டேனா?”

“பைத்தியம் மாதிரி பேசாத சுவாதி. அவளை கவனிக்க எனக்கே முடியலை. எங்க ஆபீஸ்ல நடுல பெரிய பிரச்சனையாய்டுச்சு. அதுலேர்ந்து நாங்க மீண்டு வரதுக்குள்ள போதும் போதும்னு ஆய்டுச்சு. நா அதுல முழுகிட்ருந்தப்போதான் நீ கைலாஷைப் பத்தி பேசின. சொல்லப் போனா, நா உன்கிட்ட ரொம்ப பொறுமையா பேசினது எனக்கே அதிசயமாதான் இருந்தது. ஏன்னா நா அப்போ மனிதனாவே இல்ல. வீட்டுக்கே வர முடியாத சூழ்நிலையில் தவிச்சுட்ருந்தேன். எங்க ஆபீஸ் மானம் மரியாதை எல்லாம் காப்பாத்தற மிகப் பெரிய பொறுப்பு என் தலையில் சுமத்தப்பட்டிருந்தது. குழந்தைகள், மாலதி யாரையுமே

நா கவனிக்கலை. வீடே மறந்திருந்தேன். அப்டியே வீடு வந்தாலும் டென்ஷன் டென்ஷன்... டென்ஷன்தான். எரிஞ்சு விழுவேன்.

மாலதி என் உதவியை எதுக்காவது எதிர்பார்த்தா கத்துவேன். ஒரு சமயம் பளார்னு அறைஞ்சிருக்கேன். எல்லாரையும் நடுங்க வெச்சுட்டேன். அப்போதான் அவளுக்கு யூட்ரஸ் ரிமூவ் பண்ணணும்னாங்க. ஹாஸ்பிடல்ல சேர்த்துட்டு போய்ட்டேன். பார்த்துக்கிட்டது, முழுக்க முழுக்க அவங்க அம்மா, அப்பா, அக்கா, அண்ணன் எல்லாரும்தான். பசங்ககூட பாட்டி வீட்டுலதான் இருந்தாங்க. அது முடிஞ்சுதேன்னு பார்த்தா நாலே மாசத்துல மறுபடியும் ஸ்பைனல் கார்டுல மேஜர் ஆபரேஷன் செய்யணும்னாங்க. எனக்கு எதுவும் புரியலை. எந்த பிரச்சனையை கவனிக்கறதுன்னு தெரியல. மறுபடியும் அவங்க வீடுதான் அவளை கவனிச்சுது. எல்லாரும் என்னைத் திட்டினாங்க. ஆனா என் கஷ்டம் யாரும் புரிஞ்சுக்க முன்வரலை. இந்த நிலையில் என்னன்னு உனக்கு போன் பண்றது. அதுக்கு கூட நேரமில்லாமதான் நான் திண்டாடினேன். அதுதான் நிஜம்.”

“தப்பு ராஜு... ரொம்ப தப்பு. வெறும் கூத்தடிக்கறதுக்கு மட்டுமில்ல நட்பு. கஷ்டத்துலயும் பங்கு குடுக்கறதுதான் நட்பு. எனக்கு ஒரு வார்த்தை சொல்லியிருந்தா ஓடி வந்திருக்க மாட்டேன்?”

ராஜு அதற்கு பதில் சொல்லவில்லை.

சுவாதி கண் கலங்கினாள். இத்தனை பிரச்சனைகளா இவனுக்கு அவள்தான் தவறாக நினைத்துவிட்டாளா? அவன் கஷ்டம் புரியாமல் தன் கஷ்டம் புலம்பியிருக்கிறாளா? அப்போது கூட அவன் சொன்னதுபோல பொறுமையாகத்தான் பேசியிருக்கிறான். உலகத்திலேயே தனக்குதான் கஷ்டங்கள், மற்றவர்கள் எல்லாரும் சுகமாயிருக்கிறார்கள் என்ற நினைப்பு எவ்வளவு மடத்தனம்!

கஷ்டங்கள் எல்லோருக்கும் உண்டு என்று நினைப்பவர் அனாவசியமாய் பிறத்தியாரை வேதனைப்படுத்தமாட்டார்களா? அதனால்தான் ராஜாமணியும் அவளிடம் எதுவும்

சொல்லவில்லையா? நண்பன் என்ற உரிமையில் இவள்தான் அவன் சுமைகளை அதிகரித்திருக்கிறாளோ? நினைக்கவே கூசியது அவளுக்கு. தன் மீதே வெறுப்பேற்பட்டது. இன்னும் தான் பக்குவப்படவில்லை என்பது புரிய, வேதனையோடு உதட்டைக் கடித்தாள்.

"சாரி ராஜு... நா நிறைய தப்பு பண்ணிட்டேன்."

"ச்சிச்சி. யாரும் எந்த தப்பும் பண்ணலை. இன்னும் விவரமா சொல்லணும்னா... வேண்டாம் அப்பறம் சொல்றேன்."

"என்ன ராஜு..."

"நத்திங்."

"ஆண்ட்டி நாங்க இப்போ எதுக்கு வந்திருக்கோம் தெரியுமா?"

"சொல்லேன்."

"அப்பாவையே கேளுங்க."

சுவாதி ராஜாமணியைப் பார்த்தாள்.

"உன் உதவியைக் கேக்கலைன்னு குற்றம் சொன்னயே சுவாதி. இப்போ உன் உதவியை நாடித்தான் வந்திருக்கோம்."

சுவாதி அவனையே பார்த்தாள்.

"மாலதியால அதிகம் வேலை செய்ய முடியலை சுவாதி. அவ அதிகம் அலட்டிக்க கூடாது. ரெண்டு பேரையும் கவனிக்க அவளால முடியலை. ப்ரிதி பாட்டி வீட்டுக்கு போய்ட்டா. கொஞ்ச நாள் அவங்க பார்த்துக்கறதா சொன்னாங்க. இவளையும் கூப்பிட்டாங்க, ஆனா இவளுக்கு அங்க போக விருப்பமில்லை. உன்கூட இருக்கணும்னு விரும்பறா."

சுவாதி நம்ப முடியாத மகிழ்ச்சியோடு அர்ச்சனாவைப் பார்த்தாள். அர்ச்சனா பூபோல் சிரித்தாள்.

"கொஞ்ச நாள் இவ இங்க உன் கூட இருக்கட்டும் சுவாதி. இங்கயே ப்ளஸ்டூ சீட் வாங்கிட்டேன். உன் கூட இருக்கும்போது அவ படிப்பை பத்தி நா எதுக்கு கவலைப்படணும்? அதுவும்

தவிர அர்ச்சனா ரொம்ப அண்டர் ஸ்டாண்டிங் டைப். அவ எந்த இடத்துலயும் இருந்துடுவா... அவளுக்குத் தேவை அன்பும் அரவணைப்பும். மாலதியால இப்போ அதைக் குடுக்க முடியலை. உன்கிட்ட கிடைக்கும்னு இங்க வந்திருக்கா."

சுவாதி அர்ச்சனாவை இழுத்து அணைத்துக் கொண்டாள்.

"இது என் கொழந்தை ராஜு... ஓ! எனக்கு எவ்ளோ சந்தோஷமா இருக்கு தெரியுமா? தொடுவானத்தை தொட்டுட்டா மாதிரி இருக்கு ராஜு. இப்பதான் வாழ்க்கைக்கே அர்த்தம் கிடைச்சா மாதிரி இருக்கு."

"நா நாளைக்கே கிளம்பணும் சுவாதி."

"நிம்மதியா போய்ட்டு வாங்க ராஜு, இப்போ போய் குளிச்சுட்டு வாங்க சாப்டுவோம். அர்ச்சனா நீயும்தான்...!"

இரவு அர்ச்சனா உறங்கியதும் ஹாலில் மாகஸீன் படித்துக் கொண்டிருந்த ராஜாமணியிடம் வந்தாள் சுவாதி. அவன் எதிரில் அமர்ந்தாள்.

ராஜாமணி மாகஸினை மூடி வைத்து விட்டு அவளைப் பார்த்தான்.

"உங்க காதோரம் நரைச்சிருக்கு!"

"நீ மட்டும் அப்படியே இருக்கறதா நினைப்பா?"

"இஸ் இட்... எனக்கும் நரைச்சிருக்கா? நா கண்ணாடி முன்னால் அதிகம் நின்னாதானே நரை முடியை கவனிக்க? என்னவோ காலம் ஓடிட்ருக்கு அது சரி அப்பறம் சொல்றேன்னு என்னவோ சொன்னீங்க..."

ராஜாமணி ஒரு நிமிடம் கண் மூடி யோசனையில் ஆழ்ந்தான். பிறகு அவளைப் பார்த்தான்.

"நம்ம சிநேகத்தை விட உன் கல்யாணம் முக்கியம்னு நா நினைச்சேன் சுவாதி. அதனால்தான் கொஞ்சம் முரட்டுத்தனமாவே பேசினேன். கொஞ்சம் யோசிச்சு பார். உனக்கு நல்ல கணவனாக

அமைந்திருந்து எனக்கு மோசமான மனைவி அமைந்திருந்து நாங்க விவாகரத்து வாங்கிட்டோம்னா நீ என்னை இன்னோரு கல்யாணம் செய்துக்கச் சொல்லி அட்வைஸ் செய்யமாட்டாயா? ப்ரண்ட்ஷிப்தான் முக்கியம்னு பேசாம இருந்துடுவயா? உனக்கு நான் நண்பனா இருக்கலாம் சுவாதி, ஆனா பாதுகாவலனா இருக்க முடியுமா சொல்லு. வாழ்க்கையில இதுவரை என்ன சுகத்தை கண்ட நீ சொல்லு.

நண்பன் ஒரு கட்டம் வரைதான். அதுக்கு மேலே ஒரு பொண்ணுக்கு புருஷன்தான். நண்பனால முடியாத விஷயமெல்லாம் அவனாலதான் முடியும். அப்டி ஒரு புருஷன் உனக்கு கிடைச்சு நீயும் நல்லபடியா வாழணும்னு நா நினைச்சது தப்பா? அதுக்கப்பறம் நீ கல்யாணம் செய்துப்ப, புருஷனோட என் முன்னால வந்து நிப்பன்னு நினைச்சேன், பட்... என்னை ஏமாத்திட்ட நீ. உன்கிட்ட பேசணும்னு நினைக்கறப்பல்லாம் என்னை நானே கட்டிப் போட்டுப்பேன். நா நினைச்சேன் தனிமை உன்னை கொல்லும்னு. ஆனா நீ அதை கொன்னுக்கிட்டிருக்க. இது உனக்கு வெற்றியா தோல்வியான்னு எனக்கு தெரியலை."

"ஒரு விதத்துல வெற்றி... இன்னோரு விதத்துல தோல்வி ராஜு... என் தனிமைதான் இப்போ உங்களை என்கிட்ட வரவெச்சிருக்கு. அந்த விதத்துல வெற்றிதான். ஆனா என் மேல இவ்வளவு அக்கறை எடுத்துக்கிட்டு, நா வாழணும்னு ஆசைப்பட்ட உங்களை ஏமாத்தினதுக்கு பதிலா ஒரு நல்ல துணையை தேடிக்காம போய்ட்டோமேன்னு நினைச்சா... அது தோல்விதான் ராஜு.

என் வாழ்க்கையை நானே பாலைவனமாக்கிண்டிருக்கேன். பட்... பரவால்ல இனிமே அர்ச்சனா அந்த பாலைவனத்துல சந்தோஷம்ங்கற மழையா இருப்பா. என்ன சுகத்தை நா கண்டேன்னு வருத்தப்பட வேண்டாம் ராஜு! யாருக்கும் கிடைக்காத ஒரு நல்ல நண்பன் கிடைச்சிருக்கறதே சுகம்தானே. இதுக்கு ஈடு இணை ஏது?"

“வேணாம் சுவாதி தயவுசெய்து என்னை மேல மேல உயர்த்தாத. எனக்கு பயம்மார்க்கு.”

“என்ன பயம்?”

“அந்த உயரத்துலயே என்னிக்கும் நா இருக்கணுமேங்கற பயம்தான்.”

“திடீர்னு ஏன் அப்டி ஒரு பயம் ராஜு...”

“தெரியல சுவாதி. பட் அந்த உயரத்துலேர்ந்து ஒரு இன்ச் இறங்கிட்டேன்னு நீ நினைச்சுட்டா கூட போதும். நா செத்துடுவேன் சுவாதி செத்துடுவேன்.”

ராஜாமணியின் குரல் நடுங்கியது.

ராஜாமணியிடம் மட்டுமல்ல, அர்ச்சனாவிடமும் ஒரு தோழி போலதான் பழகினாள் சுவாதி. நடுவில் ஒரு முறை அர்ச்சனாவும் அவளும் பம்பாய் சென்று மாலதியைப் பார்த்துவிட்டு வந்தார்கள். மாலதியின் முகத்தில் முன்பிருந்த பிரகாசம் இல்லை. ஏதோ ஒரு சோகம் அப்பியிருந்தது.

"உன்னைப் பார்த்தா கஷ்டமார்க்கு மாலதி. பேசாம நீங்க பெங்களூர் வந்துட்டா உன்னையும் நானே கவனிச்சுப்பேன் இல்லையா?"

"இப்போ எனக்கு என்ன ஆய்டுச்சு சுவாதி. ஐம் ஆல்ரைட். நடக்கறேன், எல்லா வேலையும் செய்யறேன். பட் வேலை அதிகம் செய்ய முடியலை. அதுவும் ஸ்பீடா எந்த வேலையும் செய்ய முடியலை. அதான் பிரச்சனை. பட் முன்னைக்கு இப்போ எவ்ளவோ தேவலை."

"துணைக்கு ஒரு நல்ல ஆள் இருந்தா உனக்கு கொஞ்சம் கூட நல்லா பொழுதுபோகும். சீக்கிரமா பிக் அப் ஆகும் இல்லையா?"

மாலதி சிரித்தாள்.

"அர்ச்சனா உன்கிட்ட ரொம்ப ஒட்டிட்டா இல்ல."

"ரொம்பவே..."

"ப்ரிதியும் பாட்டிகிட்ட ரொம்ப ஒட்டிட்டா. என்னால பசங்களுக்கு ஒரு உபயோகமும் இல்ல."

"ஏன் இப்டியெல்லாம் பேசற மாலதி. இன்னும் கொஞ்ச நாள்ள ரெண்டு பேரும் இங்கதானே வந்தாகணும்."

"பசங்களைப் பத்தி கூட நா கவலைப்படல சுவாதி. ஆனா ராஜுவை நினைச்சுதான் ரொம்ப கவலைப்படறேன்."

"அவர் என்ன குழந்தையா மாலு?"

"முன்ன மாதிரி அவர் கலகலப்பா இல்ல சுவாதி. ரொம்ப விலகிட்டா மாதிரி இருக்கு."

"வீண் கற்பனை வேண்டாம் மாலதி."

"இல்ல சுவாதி உனக்கு தெரியாது. பகல் பூரா எங்க சுத்தினாலும் எவ்ளோ வேலை செய்தாலும் ராத்திரி மட்டும் நா இல்லாம படுக்கமாட்டார் சுவாதி. என்கிட்ட அவர் வெச்சிருக்கற அன்பு கொஞ்ச நஞ்சமில்ல. எனக்கு ஒண்ணுன்னா துடிச்சுடுவார். எங்க சந்தோஷம் தெய்வத்துக்கே பிடிக்கலையோ என்னவோ இல்லாட்டி சோதனை மாதிரி அப்டி ஒரு விபத்து நடக்குமா?"

சுவாதி அதிர்ந்தாள். "விபத்தா? எப்போ... யாருக்கு. மாலு?"

"எங்களுக்குதான் சுவாதி. சொல்லலையா உன்கிட்ட."

"இல்லையே... உனக்கு ரெண்டு ஆபரேஷன் நடந்ததா மட்டும்தான் சொன்னார்."

"ரெண்டு ஆபரேஷன் நடந்ததென்னமோ நிஜம்தான். முதல் ஆபரேஷன் யூட்ரஸ் ரிமூவ் பண்ணினாங்க. அதுக்கப்பறம் ரெண்டு மூணு மாசம் கழிச்சு நாங்க ஒரு கல்யாணத்துக்கு போய்ட்டு கார்ல திரும்பி வரும்போதுதான் எதிர்பாராத அந்த விபத்து நடந்தது. உயிருக்கு ரெண்டு பேருக்கும் ஆபத்தில்ல. ஆனா அவருக்கு தலையில அடி பட்டுது. எனக்கு முதுகுல. நல்ல காலம் அவருக்கு பெரிய ஆபத்தில்ல. எனக்குதான் அடி பலம். ஆபரேஷன் செய்யும்படியா ஆச்சு. ஆனா அந்த அடிக்கு பிறகு அடிக்கடி தலைவலின்னு துடிப்பார். வலியை மறக்க மாத்திரையோ இன்ஜெக்ஷனோ எடுத்துப்பார். அது ரெண்டுமே போதை தந்து தூங்க வைக்கக் கூடியவை. இப்போ அவர்

அதுக்கு அடிமையாய்ட்டாரோன்னு பயம்மார்க்கு சுவாதி. என் கூட படுக்கறதில்ல. தனியாதான் தூங்கறார். அடிச்சு போட்டா மாதிரி தூங்கறார்."

சுவாதி திகைத்துப் போய்விட்டாள். இவ்வளவு நடந்திருக்கிறதா? அவன்தான் மறைத்தான் என்றால் அர்ச்சனா கூடவா? ஆனால் அர்ச்சனாவை அவனே அடக்கி வைத்திருக்கக்கூடும் என்று தோன்றியது.

"நேரடியா கேட்டுட வேண்டியதுதானே மாலதி. அவர் தனியா தூங்கினா நீ விட்டுடறதா."

"கதவைத் தாள் போட்டுப்பார் சுவாதி. நா தட்டறது கூட கேக்காத அளவுக்கு தூங்கிப் போயிருப்பார். நானும் தட்டி தட்டி கை சோர்ந்துடுவேன்" மாலதி அழுதாள்.

"கவலைப்படாதே மாலதி. அப்படி ஒரு பழக்கத்துக்கு அவர் அடிமையாகியிருந்தா எப்டியாவது வேற ட்ரீட்மென்ட் குடுத்து காப்பாத்திடுவோம்" என்று தைரியம் சொன்னாள். அன்றிரவு தூக்கம் வராமல் தவித்த மாலதிக்கு மெடிஸன் கொடுத்து தூங்கவைத்தாள்.

வீடே நிசப்தத்தில் ஆழ்ந்திருந்தது. ராஜாமணி இன்னும் வரவில்லை. மணி பதினொன்றடித்தபோது அவன் கார் சத்தம் கேட்டது. சுவாதி கதவை திறந்தேதான் வைத்திருந்தாள். அவனுக்கு முன்னால் அவன் அறையில் நுழைந்து மறைந்துகொண்டாள்.

ராஜாமணி வாசற் கதவை தாளிட்டுவிட்டு வந்தான். அவன் நடையில் தடுமாற்றமிருந்தது. முகத்தில் தெளிவில்லை. அறையில் நுழைந்து கதவைத் தாளிட்டுவிட்டு உடையைக் கூட மாற்றாமல் பொத்தென்று கட்டிலில் விழுந்தான் மெல்லிய முனகல் மட்டும் அவனிடமிருந்து எழும்பியது.

சுவாதி மறைவிடத்திலிருந்து வெளியில் வந்தாள். அவனை நெருங்கினாள்.

“ராஜு... என்னாச்சு ராஜூ” என்றபடி அவன் நெற்றியைத் தொட்டாள். சில்லென்றிருந்தது. அவன் கண்களைத் திறந்து பார்த்தான். அவன் பார்வையில் தெளிவில்லை. செருகின நிலையில் இருந்தது.

“நீ எப்டி உள்ள வந்த மாலு” என்றான். சொற்களில் தெளிவில்லை.

“என்னாச்சு ராஜு... என்னாச்சு உங்களுக்கு? இது தப்பு ராஜு, எழுந்திருங்க. முகம் கழுவிக்கங்க. இனிமே இந்த போதை சமாச்சாரம் வேணாம் ராஜா. பாவம் மாலதி. அவளைப் பத்தி நினைச்சுப்பார்த்தீங்களா? எழுந்திருங்க ராஜு...”

சுவாதி அவனை உலுக்கினாள். அவன் ஆத்திரத்தோடு அவளை இழுத்து படுக்கையில் தள்ளினான்.

“உன்னாலதான் எல்லாம் உன்னாலதான். எப்போ கூப்ட்டாலும் முடியல முடியல... ச்சட்... நா என்ன செய்ய... தூக்கம் வரல... தலைவலி...”

சுவாதிக்கு திக்கென்றிருந்தது. அவன் மாலதி என்றா அவளை நினைத்துக்கொண்டு பேசுகிறான். அவள் சட்டென்று கட்டிலிலிருந்து எழுந்திருக்க முயல, ராஜாமணியின் வலுவான கரம் அவளை இழுத்துத் தள்ள மல்லாந்து விழுந்தாள் சுவாதி. அவள் முகத்தில் கலக்கமும் பயமும் படர்ந்தது.

பலங்கொண்ட மட்டும் அவனைத் தள்ள முயன்றாள். கை வலித்தது.

“ராஜு... ப்ளீஸ் நா சுவாதி ராஜு... சுவாதி.”

“ஷிட்...! சுவாதி இங்க வரமாட்டா...”

அய்யோ என்று கத்த முயன்றவள் வாயை அடைத்தான்.

சுவாதிக்கு மூச்சு முட்டியது. கைகள் சோர்ந்தது. உடல் சோர்ந்தது. எங்கிருந்து அவனுக்கு அத்தனை பலம் என்று தெரியவில்லை.

“ராஜு விட்ருங்க. ராஜூ விட்ருங்க ராஜு...” அவளால் வாய்விட்டு கத்தக் கூட முடியவில்லை. ராஜாமணியின் பல மாதப் பசியில் உணவு மாறியிருந்ததை உணரும் நிலையில் இல்லை அவன்.

இறுதியாக சுவாதி தன் சக்தியெல்லாம் திரட்டினாள். அவனை மூர்க்கத்தோடு தள்ளிவிட்டு எழுந்து ஓடினாள்.

ராஜாமணி அவள் தள்ளின வேகத்தில் படுக்கையில் விழுந்து போதை மயக்கத்தில் உறங்க ஆரம்பித்தான்.

பொழுது எப்போதும்போல் விடிந்தது. சுவாதி சீக்கிரமே எழுந்து குளித்து, சமையல் செய்து இயல்பாக இருந்தாள். ராஜாமணி வெகுநேரம் கழித்துதான் எழுந்தான். பல் தேய்த்து காப்பி குடித்து, குளித்து அர்ச்சனாவோடு கொஞ்சி மகிழ்ந்து... எதுவுமே அவனுக்கு நினைவில் இல்லை.

“ஹாய் சுவாதி இன்னிக்கு என்ன சமையல். பயங்கர பசி. சீக்கிரம் தட்டு வை. நல்லா சாப்ட்டு ரொம்ப நாளாச்சு. வர வர மாலதி என்னை கண்டுக்கறதே இல்ல...” என்றபடி சாப்பிட வந்தான். மாலதியோடும் கலகலப்பாகத்தான் பேசினான்.

“என்ன சுவாதி ஒரு மாதிரியா இருக்க? உடம்புக்கு ஏதாவது...” என்று கேட்டான் அவள் மௌனம் கண்டு.

“இ... இல்லையே ஒண்ணும் இல்ல” என்றாள் சுவாதி அவசரமாக. அவளால் அவன் கண்களை சந்திக்க முடியவில்லை.

“நீங்க என்னிக்கு பெங்களூர் போகப் போறீங்க?” சாப்பிட்டபடி கேட்டான்.

“இல்ல ராஜூ, பெங்களூர் போகப் போறதில்ல.”

“என்ன சொல்ற?”

“நாங்களும் இங்கயே வந்துடப்போறோம்.”

“ஏன்... ஏன்?”

“மாலதிக்கு ஒரு துணை இப்போ அவசியம் தேவைன்னு நினைக்கறேன்.”

“அதெல்லாம் நா பாத்துக்கறேன் சுவாதி. நீ எதுக்கு கஷ்டப்...”

“இது கஷ்டமில்ல ராஜூ. ப்ளீஸ்...” அதற்கு மேல் ராஜாமணி எதுவும் சொல்லவில்லை.

மறுநாள் சுவாதி மட்டும் பெங்களூர் சென்றாள். பம்பாய்க்கு மாறுதல் கேட்டு விண்ணப்பித்தாள். மாறுதல் கிடைக்கும் வரை விடுப்பு போட்டுவிட்டு முக்கியமான சாமான்களை பேக் செய்து அனுப்பிவிட்டு தானும் பம்பாய்க்கு வந்தாள்.

மாலதியோடு நீண்ட நேரம் பேசினாள். மாலதிக்கு நிறைய நம்பிக்கையும் உற்சாகமும் ஏற்றினாள். ராஜாமணிக்கு உடனடியாக ட்ரிட்மெண்ட் கொடுக்க வேண்டிய அவசியத்தை பற்றியும் பேசினாள்.

“இதுக்கு அவர் சம்மதிப்பாரா சுவாதி” என்று கவலையோடு கேட்டாள் மாலதி.

“சொல்லிட வேண்டியதுதான் மாலதி.”

“எனக்கு குழப்பமார்க்கு சுவாதி.”

“நா பாத்துக்கறேன் மாலதி” என்றாள் சுவாதி.

பகலிலேயே சில நேரம் தலைவலி என்று துடித்துப் போனான் ராஜாமணி. சுவாதி தாமதிக்காமல் அவனை நியூரோ ஸ்பெஷலிஸ்ட் ஒருவரிடம் அழைத்துச் சென்றாள். ஒரு மணி நேரம் பலவித பரிசோதனைகளை மேற்கொண்டார் அவர். சுவாதி விபத்து பற்றியும், தலைவலியை மறக்க அவன் டிரக்ஸ் எடுத்துக்கொள்வது பற்றியும் அவனுக்கு எதிரிலேயே டாக்டரிடம் கூறியபோது ராஜாமணி லேசான அதிர்ச்சியோடும் குற்ற உணர்வோடும் அவளைப் பார்த்தான்.

டாக்டர் உடனடியாக அவனுக்கு போதை மருந்துகளை நிறுத்த டிரிட்மெண்ட் மேற்கொள்ள வேண்டும் என்றார். தலைவலியை அதற்குப் பிறகு சரி செய்வது கடினம் அல்ல என்றார்.

ராஜாமணி மருத்துவமனையில் சேர்க்கப்பட்டான்.

சுவாதி மருத்துவமனைக்கும் வீட்டுக்குமாக மாறி மாறி ஓடினாள். மாலதியின் உறவுகள் விஷயம் கேள்விப்பட்டு ஓடி வந்தன. சுவாதியை வினோதமாகப் பார்த்தன. சுவாதி அளவுக்கு மீறி உரிமையோடு ராஜாமணியிடம் பழகுவதாக நினைத்தன. அவளை புறக்கணிக்கும் முயற்சியில் நைச்சியமாக இறங்கின. அதன் முதல் கட்டமாக மருத்துவமனையில் ராஜாமணியின் அருகிலேயே ஒருவர் மாற்றி ஒருவர் இருபத்தி நான்கு மணி நேரமும் இருக்கத் தொடங்கினார்கள். வீட்டிலும் மாலதியின் சித்தி ஆக்ரமித்துக் கொண்டாள். அந்த சித்தி சுவாதியை ஆயிரம் கேள்விகள் கேட்டு குடையத் தொடங்கினாள்.

“எப்டி ராஜாமணி பழக்கம் உனக்கு?”

“காலேஜ்லேர்ந்து”

“கல்யாணமாய்டுத்தா உனக்கு”

“ம்”

“புருஷன்?”

“டைவர்ஸ் செய்துட்டேன்”

“ஏன்...?”

“ரொம்ப கொடுமை படுத்திட்டார்.”

“எந்த புருஷன் கொடுமை செய்யலை. அதுக்காக... கோர்ட்டுக்கு ஓடிடறதா? அனுசரிச்சு வாழறதுதான் வாழ்க்கை. காலேஜ்ல கூட படிச்ச யாரோ ஒருத்தனுக்காக ஊர்விட்டு ஊர் வந்து ஓடியாடற... இதுல கொஞ்சம் அனுசரணையா புருஷனோட இருந்தா அவன் ஏன் கொடுமை படுத்தப்போறான்?”

சுவாதி பதில் சொல்லவில்லை. ஊரில் உள்ள ஒவ்வொருவருக்கும் இதற்கு பதில் சொல்லி சமாதானப்படுத்துவதென்பது நடக்கக்கூடிய காரியமல்ல. அதுவுமல்லாமல் இந்த வீட்டில் அவளுக்கு எந்த உரிமையும் இல்லை. இது அவள் நண்பனின் வீடு. பெண்ணுக்கு ஆண் நண்பன் என்றால் உலகம் ஏற்க மறுக்கிறது. இளக்காரம்

செய்கிறது. இதனாலேயே ஆணும் பெண்ணும் நட்போடு பழகத் தயங்குகிறார்கள். மனசில் நட்பிருந்தால் கூட ஊருக்கு பயந்து பிரிந்து ஒதுங்கிவிடுகிறார்கள். உலகம் இந்த நட்பை அனுமதித்தால், இந்த நட்பை வளர்த்தால், இந்த நட்பை நல்ல எண்ணத்தோடு பார்த்தால் நாளைய உலகம் ஆரோக்கியமாக மாறுவது நிச்சயம். பலாத்காரங்களும், கற்பழிப்புகளும், கொடுமைகளும் குறையக்கூடும். நிச்சயம் ஒரு மறுமலர்ச்சி ஏற்படும். புதிய உலகம் உருவாகும். ஆனால் யாருக்கும் இதைப்பற்றி அக்கறையில்லை. அக்கறைப்படாத உலகத்திற்கு என்ன சொல்லி புரியவைக்க முடியும்? அதைவிட மௌனம் சாதிப்பது உத்தமம் என்று இருந்தாள்.

இனிமே நாங்க பாத்துக்கறோம் நீ போகலாம் என்பதுபோல் சுவாதியிடம் பேசத் தொடங்கினார்கள். சுவாதி மாலதியிடம் வந்து தான் செல்ல அனுமதி கேட்டபோது மாலதி மறுக்கவில்லை. நன்றி சொல்லி அனுப்பி வைத்தாள். உறவுகள் அவள் மனதையும் மாற்றியிருக்கின்றன என்று புரிந்தது. சுவாதி அழவில்லை. புறப்பட்டுவிட்டாள்.

அத்தியாயம் 26

விடுப்பு முடிந்து பெங்களூர் கிளையிலேயே பணியில் சேர்ந்தாள். மாறுதல் தேவையில்லை என்று மீண்டும் ஒரு வேண்டுகோள் கடிதம் அனுப்பினாள். அவளுக்கு பிரமிப்பாயிருந்தது. என்ன வாழ்க்கை இது என்று அயர்ச்சியாயிருந்தது. நாட்கள் ஆமை வேகத்தில் ஊர்ந்தன.

ராஜாமணி குணமானானா என்று தெரியவில்லை. டெலிபோன் செய்து நலன் விசாரித்தாலும் சரியான பதில் கிடைக்குமா என்பது சந்தேகம்தான்.

மறுபடியும் முதியோர் இல்லங்களுக்கும், அனாதை ஆசரமங்களுக்கும், செல்ல ஆரம்பித்தாள். அப்படி சென்றுவிட்டு வந்த ஒருநாளில் அவள் வீட்டின் முன்னால் ஒரு உருவம் காத்திருந்தது. இருட்டில் சரிவரத் தெரியவில்லை.

"யாரது" என்று கேட்டபடி வராந்தா விளக்கை போட்டாள் சுவாதி. உருவம் எழுந்து கொண்டது.

"அப்பா..."

சுவாதி அதிர்ந்தாள். அப்பா மிகவும் தளர்ந்து போயிருந்தார். வயோதிகம் அவரை ஆட்கொண்டிருந்தது.

"உள்ளே வாங்க" என்றாள். உள்ளே வந்த அப்பா கூனிக்குறுகி அமர்ந்தார். "எப்டியிருக்கீங்க? எல்லாரும் சௌக்யம்தானே."

"ம்..."

"என்ன இவ்ளோ தூரம்?"

“நானா வரலை சுவாதி. எல்லாரும் என்னை அனுப்பி வெச்சிருக்கா.”

“என்ன விஷயம்?”

“வீட்டுல கொஞ்சம் கஷ்டம்.”

“அதுக்கு?”

“எல்லாருக்கும் கல்யாணம் பண்ணி அனுப்பிட்டேன். எப்டியோ பிரபுவுக்குக் கூட கல்யாணமாய்டுத்து. வேலைதான் சரியாகலை. ரெண்டு குழந்தை வேற. சிரமப்படறோம் சுவாதி. நீ கை நிறைய சம்பாதிக்கற. உனக்கு மட்டும் யார் இருக்கா? நாங்க என்ன தப்பு பண்ணியிருந்தாலும் மன்னிச்சுட்டு நீ மெட்ராஸ்க்கே வந்துடு. இனிமே உன்னை யாரும் எதுவும் சொல்லமாட்டோம்.”

சுவாதி அவரையே வெறித்துப் பார்த்தாள். இவர்களைத்தான் சந்தர்ப்பவாதிகள் என்பதா? அவளுக்கு இரக்கத்தை விட வெறுப்புதான் மிதமிஞ்சி ஏற்பட்டது. எதுவும் பேசவில்லை. அவருக்கு சாப்பாடு போட்டாள். மறுநாள் காலையில் அவரை ஊருக்குப் புறப்படச் சொன்னாள்.

“எதுவுமே பதில் சொல்லலையே நீ.”

“உங்களோட வர எனக்கு இஷ்டமில்ல.”

“சரி வர வேண்டாம். ஏதாவது உதவி செய்யலாம் இல்லையா?”

“பெத்த கடனுக்கு செய்யத்தானே வேணும்? செய்யறேன். மாசா மாசம் ஏதோ பணம் அனுப்பி வெக்கறேன். புறப்படுங்க.”

“அதில்ல சுவாதி...” என்று தயங்கினார்.

“இன்னும் என்ன?”

“வந்து உனக்குன்னு வாரிசு யாருமில்லை. உன் சேமிப்பு எல்லாம்... பிரபுவோட குழந்தைகளை நீ நாமினியா எழுதி வெச்சா...”

“ஷட் அப்...! உங்களை என் அப்பான்றதால சும்மா விடறேன். நீங்க எனக்கு செய்திருக்கற கொடுமைகளுக்கு நான்

இவ்ளோ செய்யறதே பெரிய விஷயம். பிரபுவை நல்லா படிக்க வெச்சிருக்க வேண்டியது உங்க கடமை. அந்த கடமையை நீங்க சரிவர செய்யாதது உங்க தப்பு. அவனும் ஏன் உழைக்கக் கூடாது. படிப்பில்லாட்டா என்ன? இந்த உலகத்துல பிழைக்க வழியா இல்ல. சம்பளம் கம்மியார்ந்தா அந்த வேலையை விட்டுட்டு வேற ஏதாவது திறமையை வெச்சு முன்னுக்கு வரவேண்டியதுதானே?

அவன் குழந்தைகளுக்கு என் பணம் கிடைக்கும்னு நம்பிக்கையிருந்தா முன்னுக்கு வரணும்னு அவனுக்கு ஏதாவது ஆர்வம் கொஞ்ச நஞ்சமிருந்தா அதுவும் காணாம போய்டும். ஸோ என் சேமிப்புல சல்லிக்காசு தரமாட்டேன். அதை எதிர்பார்க்க வேண்டாம். நாளைக்கு எனக்கும் வயசாகும். ஒரு முதியோர் இல்லத்துக்குத்தான் நான் போகணும். என் சேமிப்பு முழுக்க அந்த இல்லத்துக்குத்தான் போய்ச் சேரும். நா இருக்கறவரை அங்க என்னை பார்த்துப்பாங்க. அதுக்கப்பறம் என் பணம் என்னை மாதிரி அனாதைகளுக்கு உபயோகப்படும். இதுதான் என் முடிவு.

ஒரு நிமிஷம்... அப்டி உங்களையோ அம்மாவையோ பிரபு விரட்டிட்டான்னா சொல்லுங்க. ஒரு வீடு பாத்து உங்களை தனியா வெக்கறேன். உங்களுக்கு ஒரு பிடி சோறு கடைசி வரைக்கும் போடறேன். அதைத் தவிர வேற எதையும் என்கிட்ட எதிர்பார்க்க வேண்டாம். கிளம்புங்க."

சுவாதி அவர் செலவுக்கு பணம் கொடுத்து அனுப்பினாள். அதற்குப் பிறகு மாதா மாதம் ஆயிரம் ரூபாயை அவர்களுக்கு தவறாமல் அனுப்பினாள். ஒவ்வொரு முறை பணம் அனுப்பும்போதும் வேண்டிக் கொள்வாள். அடுத்த ஜென்மம் என்று ஒன்றிருந்தால் நல்ல உறவுகள் எனக்கு அமைய வேண்டும் தெய்வமே! பணம் வேண்டாம். பணத்தால் உறவுகள் நிர்ணயமாக வேண்டாம். ஒவ்வொரு மனசிலும் அன்பிருக்க வேண்டும், நந்தவனத்தில் விதவிதமாய் பூப்பூப்பதுபோல் மனிதர்கள் மனதில் பலவிதமாய் அன்பு மலர வேண்டும்.

ராஜாமணி எப்படியிருக்கிறானோ என்ற கவலை மீண்டும் மீண்டும் ஏற்பட்டது. ஒரு முறை ராஜாமணியின் அலுவலகத்துக்கு போன் செய்தாள்.

“ராஜாமணி வேலையில ஜாய்ன் செய்துட்டாரா?”

“இல்லை” என்றார்கள்.

இரண்டு வார இடைவெளிக்குப் பிறகு மீண்டும் போன் செய்தாள். இன்னும் இல்லை என்ற பதிலே கிடைத்தபோது சுவாதி வெகுவாய் கவலை கொண்டாள். என்ன செய்வது என்று புரியவில்லை. மாலதி, அர்ச்சனா எல்லோருமே எப்படி மாறிவிட்டார்கள். அர்ச்சனா எவ்வளவு அன்பாயிருந்தாள், இங்கிருந்த வரை. அவள் கூட எப்படி ஒரு கடிதம் கூடப் போடாமல் பாராமுகமாயிருக்கிறாள்.

தனிக் கட்டையாயிருப்பதால்தான் இப்படி அன்பை எதிர்பார்த்து எதிர்பார்த்து சாகிறோமா? அவர்கள், குடும்பமாய் இருக்கிறார்கள். ஒருவருக்கொருவர் அன்பாயிருக்கிறார்கள். அவர்களைப் பொறுத்தவரை சுவாதி மூன்றாம் மனுஷி. அவ்வப்போது உட்கார்ந்து இளைப்பாறும் பாதையோர கல் பாறைபோல. ஆனால் ராஜாமணி எப்படி... அவனுக்கு என்ன ஆயிற்று? ஏன் இன்னும் வேலையில் சேரவில்லை. சுவாதிக்கு பயமாயிருந்தது. அந்த கவலையிலேயே நாட்கள் சென்றது. மேலும் ஒரு வாரம் ஓடியது.

அன்றைக்கு விடியற்காலையிலேயே பஸ்ஸர் சப்தம் கேட்க சுவாதி தூக்கம் கலைந்து எழுந்து வந்து கதவு லென்ஸ் வழியாக யார் என்று பார்த்தவள் திகைத்தாள். அவள் முகம் மலர்ந்தது. கதவைத் திறந்தாள்.

“ராஜு...” என்றாள்.

“வாங்க ராஜு... எப்படியிருக்கீங்க நீங்க...? எத்தனை தரம் போன் செய்தேன். நீங்க டூட்டி ஜாய்ன் செய்யலைன்னே பதில் வந்தது.”

ராஜாமணி அவளையே பார்த்தான்.

"என்ன ராஜு...?"

"ஒண்ணுல்ல சுவாதி.. உன்கிட்ட மன்னிப்பு கேட்க வந்தேன்." ராஜாமணி சட்டென்று கண் கலங்கி அழ ஆரம்பித்தான்.

"அய்யோ என்ன ராஜு என்னாச்சு...?"

"எனக்காக எவ்ளவோ கஷ்டப்பட்ட உன்னை என் குடும்பத்தார் ரொம்ப அலட்சியப்படுத்திட்டாங்க இல்ல சுவாதி?"

"அதெல்லாம் இல்லயே."

"எல்லாம் தெரியும் சுவாதி எனக்கு. அர்ச்சனா எங்கிட்ட சொல்லி அழுதது. மன்னிச்சுரு சுவாதி."

"அது இருக்கட்டும். நீங்க எப்டியிருக்கீங்க?"

"பர்ஃபக்ட்லி ஆல்ரைட். எப்படியோ நா அந்த இன்ஜக்ஷனுக்கு அடிமையாயிருந்தேன் சுவாதி. ஒண்ணு ரெண்டு முறை தப்பு கூட செய்துட்டேன். போதையில தெளிவில்லாம இருந்தப்போ மாலதியை அடிச்சிருக்கேன். எங்க மாமியாரை கன்னாபின்னான்னு பேசியிருக்கேன். ஒரு முறை மாலதின்னு நினைச்சு அவ அக்கா கையைப் பிடிச்சு இழுத்து... மறுநாள் இதைச் சொல்லி பெரிய ரகளையே ஆய்டுச்சு. மொத்தத்துல நா மனிதனாவே இல்ல சுவாதி.

அப்பப்போ எனக்குள்ள ஒரு சந்தேகம் வரும். நீ அங்க இருந்தவரை நான் உன்கிட்ட தப்பா எதுவும் நடந்துக்கலையே...? கையைப் பிடிச்சு இழுக்கறது கூட தப்புதான் சுவாதி! அந்த மாதிரி தப்பு கூட நா உன்கிட்ட செய்யலையே, எதுக்கு கேக்கறன்னா... மத்தவங்களை விடு, சுவாதி. ஆனா நீ என் தோழி. நாம் அறிவுப் பூர்வமான நல்ல நண்பர்கள். நட்பெனும் அன்பு தவிர வேற எதுவும் நமக்குள்ள இருந்ததில்ல. ஏனோ எனக்கு மனசுல ஒரு பயம். அதான் நேர்லயே வந்துட்டேன். அப்படி நா ஏதாவது சின்ன தப்பு செய்திருந்தா கூட என்னை

தாட்சண்யப்படாம வெளியே போடா நாயேன்னு சொல்லிடு சுவாதி. இல்ல கொன்னுடு.”

சுவாதி அவனையே பார்த்தாள். என்ன சொல்வாள்...? சின்ன தவறு அல்ல நண்பனே பெரிய கொலையே செய்ய இருந்தாய், நட்பை களங்கப்படுத்த இருந்தாய், என்று சொல்ல முடியுமா? சொன்னால் செத்துவிடுவான். சுயநினைவில்லாமல் செய்த தவறை மன்னிப்பதுதான் மனிதநேயம். அவள் என்றோ மன்னித்துவிட்டாள். அது அவள் மனசுக்குள் ரகசியமாய் புதையுண்டு போகும். அதை மறந்துவிட, அவளும் முயற்சிப்பாள்.

“இல்ல ராஜு! எந்த நிலையிலும் உன் விரல் நகம் சுட என் மீது பட்டதில்லை.” சுவாதி நிதானமாகச் சொன்னாள்... ஒரு சிறிய பொய்யால் ஒரு நல்ல நட்பில் விரிசல் ஏற்படாமல் காத்தாள். ராஜாமணி என்றும் அவளுக்கு நல்ல நண்பன். உத்தம நண்பன்.

ராஜாமணியின் முகத்தில் அசாத்திய நிம்மதியும் பெருமையும் படர்ந்தது. சுவாதி அவனுக்கு சமையல் செய்வதற்காக உள்ளே போனாள்.

அன்று முழுக்க அவர்கள் நிறைய பேசினார்கள். ராஜாமணி நிறைய வருத்தப்பட்டான்.

“கடைசில உன் வாழ்க்கை இப்படி ஒற்றை மரமாவே நிக்கும் படியா ஆய்டுச்சே சுவாதி.”

“இல்ல ராஜு நீங்க மனசு வெச்சா அதுல ஒரு பசுமை ஏற்படச் செய்யலாம்.”

“என்ன செய்யணும் சொல்லு சுவாதி” ராஜாமணி ஆர்வமாகக் கேட்டான்.

“அர்ச்சனாவை எனக்கு தந்துடுங்க ராஜு. அவளை என் பெண்ணா... எனக்கே எனக்கு... முடியுமா ராஜு... தருவீங்களா...?”

“சுவாதி...” ராஜாமணி வியப்போடு அவளைப் பார்த்தான்.

“ப்ளீஸ் ராஜு... என் வாழ்க்கை ரொம்ப வறண்டு போச்சு ராஜு. எல்லா கஷ்டமும் பட்டாச்சு. படிப்புக்காக வீட்டைவிட்டு ஓடி வந்தேன். ஓடுகாலின்னு பட்டம். அப்புறம் ஹாஸ்டல்லேர்ந்து ஓடினேன். ஆபீஸ்லயும் நா பட்ட அவஸ்தைகள் கொஞ்ச நஞ்சமல்ல. வேசின்னு பட்டம். கட்டிண்ட புருஷன்கிட்டயும் அவஸ்தை. கன்னி கழியாத மண வாழ்க்கை. அங்கேர்ந்தும் ஓட்டம். ஓடி ஓடி சளைச்சுப் போய்ட்டேன் ராஜு.

இத்தனை அவஸ்தையிலயும் நா காப்பாத்திக்கிட்டது ரெண்டே ரெண்டுதான். ஒண்ணு என் கன்னித் தன்மை. இன்னோன்னு நம்ம நட்பு. இந்த நட்புதான் என்னை இத்தனை கஷ்டத்தையும் தாங்கிக்க வெச்சுது அந்த நட்போட கேக்கறேன். என் வாழ்க்கைக்கு ஒரு அர்த்தம் கொடுப்பீங்களா ராஜு. அவளை படிக்க வெச்சு, கல்யாணம் பண்ணி என் பேரக் குழந்தைகளை சீராட்டி நா சந்தோஷமார்ப்பேன் ராஜு... மாட்டேன்னு சொல்லிடாதீங்க.”

“ப்ளீஸ்... சுவாதி. தயவுசெஞ்சு கெஞ்சாத. கஷ்டமார்க்கு. என் சிநேகிதிக்காக, அவளோட சந்தோஷத்துக்காக நா எதுவும் செய்யத் தயாரா இருக்கேன்.”

“தேங்க்யூ ராஜு...!” சுவாதி சிலிர்த்துப் போனாள்.

மறுநாள் ராஜாமணி பம்பாய்க்கு புறப்பட்டான்.

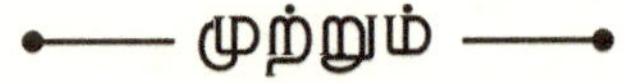

www.ingramcontent.com/pod-product-compliance
Lightning Source LLC
LaVergne TN
LVHW091214150826
845672LV00005B/1359

* 9 7 8 9 3 9 4 5 0 5 2 6 1 *